मेकॅनिक माटर व्हेईकल MMV द्वितीय वर्ष मराठी MCQ

मनोज डोळे

डिजिटायझेशन ही काळाची गरज आहे. भविष्यात, प्रशिक्षण अधिक सोयीस्कर आणि सोपे करण्यासाठी औद्योगिक प्रशिक्षण संस्थांमध्ये ऑनलाइन इंटरनेट वापरून प्रशिक्षण घेणे आवश्यक आहे. MCQ प्रश्नांचा संच असलेली ई-पुस्तके प्रशिक्षणार्थींना उपलब्ध करून दिली जातील कारण त्यांना त्यांच्या औद्योगिक प्रशिक्षण संस्थांमध्ये होणाऱ्या ऑनलाइन परीक्षांच्या तयारीसाठी MCQ प्रश्नांची अधिक सवय होणे आवश्यक आहे.

या सर्व बाबी लक्षात घेऊन श्री.मनोज मधुकर डोळे प्रशिक्षक, औद्योगिक प्रशिक्षण संस्था, सातारा यांनी नवीन वार्षिक प्रणाली आणि NSQF-5 अभ्यासक्रमानुसार पुस्तके लिहिली आहेत. आणि त्यांनी प्रशिक्षण सुलभ करण्यासाठी सैद्धांतिक मोबाइल अॅप्स आणि ब्लॉग तयार केले आहेत आणि हे सर्व शैक्षणिक साहित्य जगप्रसिद्ध Google Play Store, Amazon आणि Apple Book Store वर डाउनलोड करण्यासाठी उपलब्ध केले आहे.

पुस्तकांचे प्रकाशन माननीय सहसंचालक श्री राजेंद्र घुमे साहेब प्रादेशिक व्यावसायिक शिक्षण व प्रशिक्षण कार्यालय, पुणे यांच्या हस्ते दिनांक 9/1/2019 रोजी करण्यात आले, यावेळी श्री प्रकाश सायगावकर साहेब प्राचार्य शासकीय औद्योगिक प्रशिक्षण संस्था औंध पुणे, श्री तुकाराम मिसाळ साहेब प्राचार्य डॉ. सरकार प्र.संस्था सातारा, श्री सचिन धुमाळ साहेब जिल्हा व्यवसाय शिक्षण व प्रशिक्षण अधिकारी सातारा, श्री यतीन पारगावकर साहेब मुख्याध्यापक गो. प्र.संस्था कोल्हापूर, श्री विकास टेके साहेब निरीक्षक व्यावसायिक शिक्षण व प्रशिक्षण क्षेत्रीय कार्यालय पुणे, पालेकर फूड्स प्रॉडक्ट्स प्रा. लि.चे सातारा येथील उद्योजक अध्यक्ष श्री.नीळकंठराव पालेकर साहेब, हिरा फूड्स चे चेअरमन श्री.इब्राहिम बाबा तांबोळी साहेब, सौ.शाल्मली पवार मुख्याध्यापिका शासकीय तंत्रनिकेतन कैंद्र सातारा व इतर मान्यवर यावेळी उपस्थित होते.

अनुक्रमणिका

प्रस्तावना

मेकॅनिक मोटर व्हेईकल MMV द्विवतीय वर्ष मराठी MCQ हे आयटीआय इंजिनीअरिंग कोर्स मेकॅनिक मोटर व्हेईकल (एमएमव्ही) साठी एक साधे ई-बुक आहे. , द्विवतीय वर्ष, सेमी- 3 आणि 4, 2022 मध्ये सुधारित NSQ F-5 अभ्यासक्रम, यात अधोरेखित आणि ठळक अचूक उत्तरांसह वस्तुनिष्ठ प्रश्नांचा समावेश आहे MCQ गियर बॉक्स, सिंगल प्लेट क्लचसह हलके वाहन/जड वाहन ट्रान्समिशन युनिट्स बद्दल सर्व विषयांचा समावेश आहे असेंबली, डायफ्राम क्लच असेंबली, कॉन्स्टंट मेश गियर बॉक्स, सिंक्रोमेश गियर बॉक्स, गियर लिंकेज, प्रोपेलर शाफ्ट, युनिव्हर्सल स्लिप जॉइंट, रीअर एक्सल असेंबली, डिफरेंशियल असेंब्ली, लाईट व्हेइकल चेसिस युनिट्स, शॅकल, लीफ स्प्रिंग, फ्रंट एक्सल, फ्रंट आणि रिअर सस्पेंशन, स्टीयरिंग गियरबॉक्स- वर्म आणि रोलर प्रकार, स्टीयरिंग गियरबॉक्स- रेटिक्युलेटिंग बॉल प्रकार, मास्टर सिलेंडर, टँडम मास्टर सिलेंडर, पुढील आणि मागील ब्रेक, व्हील सिलेंडर, व्हॅक्यूम बूस्टर, एअर सर्वो युनिट, एअर टँक (जलाशय), व्हील बॅलेंसिंग आणि व्हील अलाइनमेंट, ई. कंट्रोल युनिट, चार्जिंग सिस्टीम, स्टार्टिंग सिस्टीम, व्हेईकल एअर कंडिशनिंग सिस्टीम, ट्रॅफिक रेग्युलेशन आणि बरेच काही.

आम्ही प्रत्येक नवीन आवृत्तीसह नवीन प्रश्नांची उत्तरे जोडतो. कृपया काही त्रुटी/ वगळल्यास आम्हाला ईमेल करा.

नांदी, प्रस्तावना

21 व्या शतकातील औद्योगिक क्षेत्रातील वेगाने वाढणाऱ्या मागणीच्या अनुषंगाने बहु-कुशल कारागीरांचा पुरवठा करण्यासाठी व्यवसाय शिक्षण आणि व्यवसाय प्रॅक्टिकल विभागामार्फत व्यावसायिक शिक्षण आणि प्रशिक्षण विभागामार्फत व्यावसायिक शिक्षण आणि प्रशिक्षण दिले जाते. संस्थांमधील सर्व व्यवसाय महत्त्वाचे आहेत, कारण या व्यवसायांतील प्रशिक्षणार्थी उद्योगाच्या मागणीनुसार बहु-कौशल्ये विकसित करतात.

औद्योगिक क्षेत्रातील सर्व उद्योगांमधील सर्व परीक्षा ऑनलाइन घेतल्या जातात आणि त्यामध्ये MCQ पद्धतीच्या प्रश्नांचा समावेश होतो हे लक्षात घेऊन सर्व व्यवसायांसाठी योग्य MCQ ई-पुस्तके उपलब्ध करून देण्याच्या उदात्त हेतूने. श्री.मनोज मधुकर डोळे यांनी नवीन वार्षिक अभ्यासक्रमानुसार MCQ पद्धतीवर खूप चांगले ई-बुक लिहिले आहे. हे ई-बुक सर्व प्रशिक्षणार्थी, प्रशिक्षणार्थी उमेदवार, प्रशिक्षण प्रशिक्षक आणि संबंधित इतरांसाठी निश्चितच मार्गदर्शक ठरेल.

पुस्तकाचे लेखक श्री.मनोज मधुकर डोळे आहेत, इन्स्ट्रक्टर गव्हर्नमेंट ITI सातारा यांना 17 वर्षांचा प्रशिक्षणाचा अनुभव आहे. नवीन वार्षिक पॅटर्न म्हणून लिहिलेल्या, या ई-बुकमध्ये प्रत्येक विषयासाठी मांडणी, सोपी भाषा आणि सोपी वाक्यरचना, आकृती आणि व्हिडिओ समजून घेण्यासाठी आधुनिक डिजिटल QR कोड तंत्रज्ञान समाविष्ट केले आहे. त्यामुळे सखोल अभ्यास आणि परीक्षेच्या सरावासाठी हे ई-बुक नक्कीच उपयोगी पडेल याची मला खात्री आहे. त्यांनी केलेले काम नक्कीच कौतुकास्पद आहे.

श्री तुकाराम मिसाळ

प्राचार्य शासकीय औद्योगिक प्रशिक्षण संस्था सातारा.

ऋणनिर्देश, पावती

DGET नवी दिल्ली आणि CSTARI कोलकाता ऑगस्ट 2018 च्या सत्रापासून ITI मधील सर्व व्यवसायांसाठी वार्षिक पॅटर्न लागू करत आहेत. परीक्षा पद्धतीतही बदल करण्यात येणार असून या वर्षीपासून ती ऑनलाइन होणार असून सर्व प्रश्न वस्तुनिष्ठ स्वरूपाचे (MCQ) असल्याने प्रशिक्षणार्थींना सखोल अभ्यासाची नितांत गरज आहे. हे लक्षात घेऊन जुन्या NIMI पॅटर्नवर आधारित पुस्तके आणि नवीन वार्षिक पॅटर्नचे संपूर्ण विहंगावलोकन सादर करताना आम्हाला आनंद होत आहे आणि आम्हाला आशा आहे की ही पुस्तके सर्व व्यवसाय संचालक आणि प्रशिक्षणार्थींसाठी मार्गदर्शक ठरतील. आहे.

ही पुस्तके लिहिल्याबद्दल जोहर आवटे साहेब, ITI अकलूजचे प्राचार्य. ITI सातारा चे माजी प्राचार्य सायगावकर साहेब, सहाय्यक संचालक श्री चंद्रकांत ढेकणे साहेब व्यवसाय शिक्षण व प्रशिक्षण प्रादेशिक कार्यालय, पुणे, जिल्हा व्यवसाय शिक्षण व प्रशिक्षण अधिकारी सचिन धुमाळ साहेब व मुख्याध्यापिका शासकीय तंत्रनिकेतन केंद्र शाल्मली पवार मॅडम व मुलगा अधिराज डोळे, आई कुसुम डोळे. , माझे वडील मधुकर डोळे आणि पत्नी अश्विनी डोळे यांनी वेळोवेळी केलेल्या विशेष मार्गदर्शन व सहकार्याबद्दल मी त्यांचा मनःपूर्वक आभारी आहे.

तसेच अतिशय कमी कालावधीत पुस्तक प्रकाशित करण्यात अमूल्य वेळ दिल्याबद्दल श्री राजेंद्र घुमे साहेब, सहसंचालक, व्यवसाय शिक्षण व प्रशिक्षण प्रादेशिक कार्यालय, पुणे यांनी पुस्तकाचे पुनरावलोकन केले. त्यांच्या अभिप्रायाबद्दल मी मनापासून आभारी आहे.

पुस्तक लिहिण्याच्या सुरुवातीपासूनच सतत पाठबळ दिल्याबद्दल ITI सातारा च्या प्रशिक्षकांचा मी आभारी आहे.

या पुस्तकातून, ई-लर्निंगबद्दलचे माझे विचार तुमच्याशी शेअर करण्यात मी स्वतःला धन्य समजतो. हे पुस्तक परिपूर्ण आहे असा दावा मी करणार नाही, कारण परिपूर्णतेचा विचार करता हे पुस्तक एक प्रयत्न आहे आणि बाल्यावस्थेत आहे. त्यांची चाचणी आणि सूचना दिल्यास ते सुधारण्यासाठी मोलाचे ठरतील.

मनोज डोळे

दिनांक 9/1/2019

1

मेकॅनिक मोटर व्हेईकल MMV द्वितीय वर्ष मराठी MCQ Drawing

Online Test Exam
ITI Books
CNC Course
AutoCAD CAM
JOB & Apprentice
Online Theory
Computer Course
Trading Course
Web Designing
MSCIT Course
Shopping Business
Internet Business
Remotasks Course
Online Services
Top Sportsmans
Indian Army
Freedom Fighters
Top Scientists
Social Reformers
Motivational Speaker
Top Richest People
Join WhatsApp Group
Join Facebook Group
Like Facebook Page
PAN / Adhar / Licence
Passport

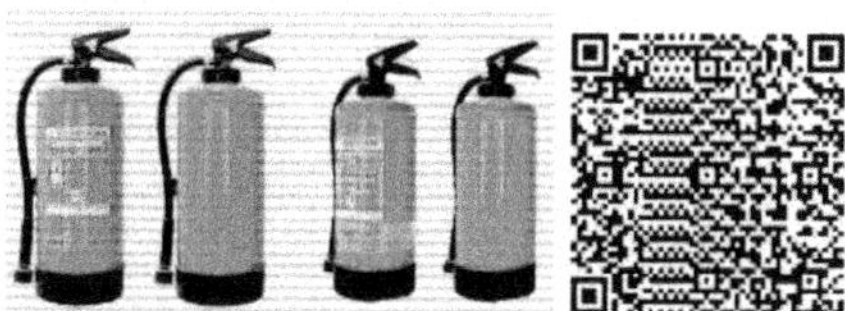

Fire extinguisher

Calliper

Hacksaw frame

Universal surface guage

Hammer

Centre punch

Bench vice

Files

Scraper

Surface Plate

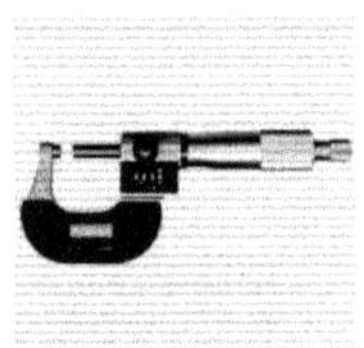

Outside Micrometer

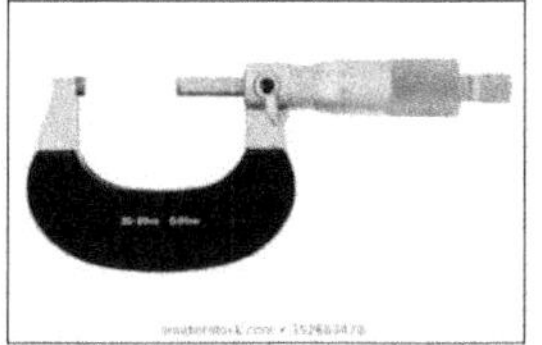

Micrometer

Depth micrometer

Vernier Calliper

Vernier bevel protractor

Drilling

Reamer

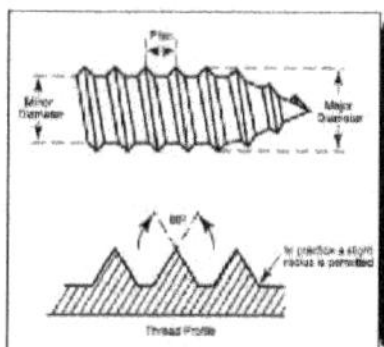

Thread

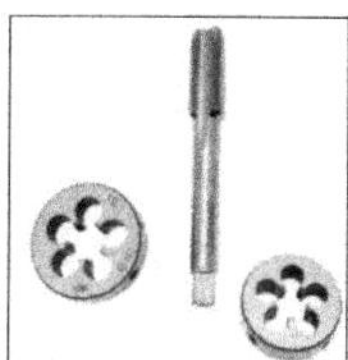

Tap Die

Grinding Wheel

Slip gauge

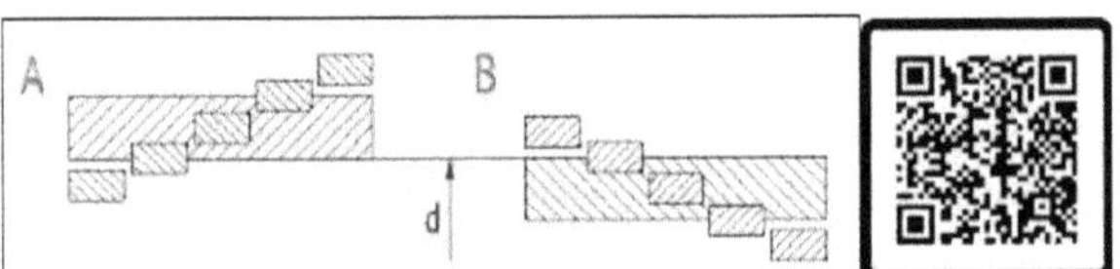

Limit fit tolerance

taper ring gauge

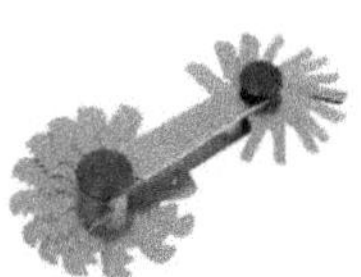

screw pitch gauge

Gear

screw pitch gauge

Tap Die

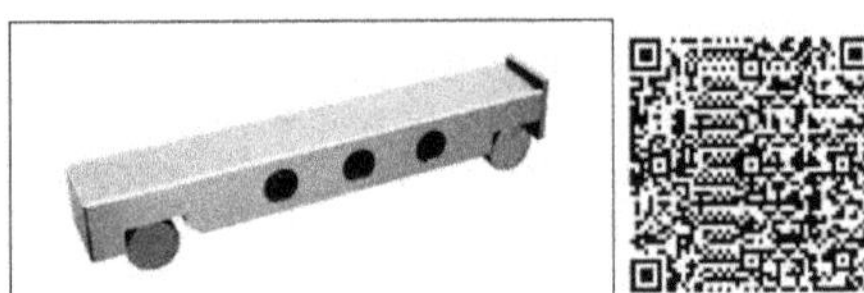

Sine bar

Slip gauge

Dial test indicator

Telescopic gauge

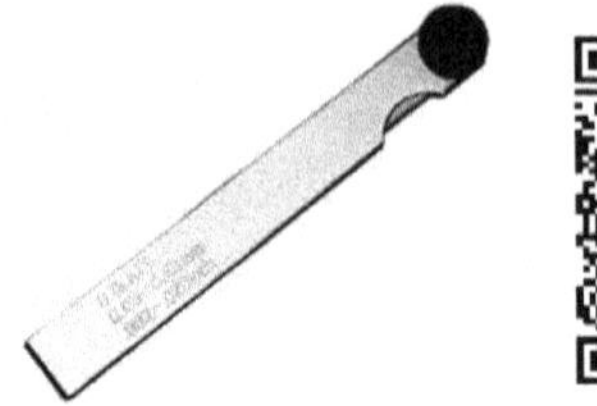

Feeler gauge

Centre gauge

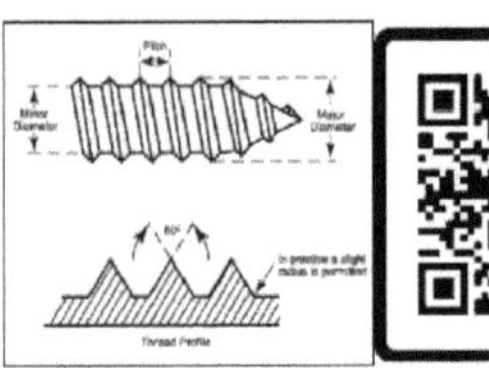

Thread

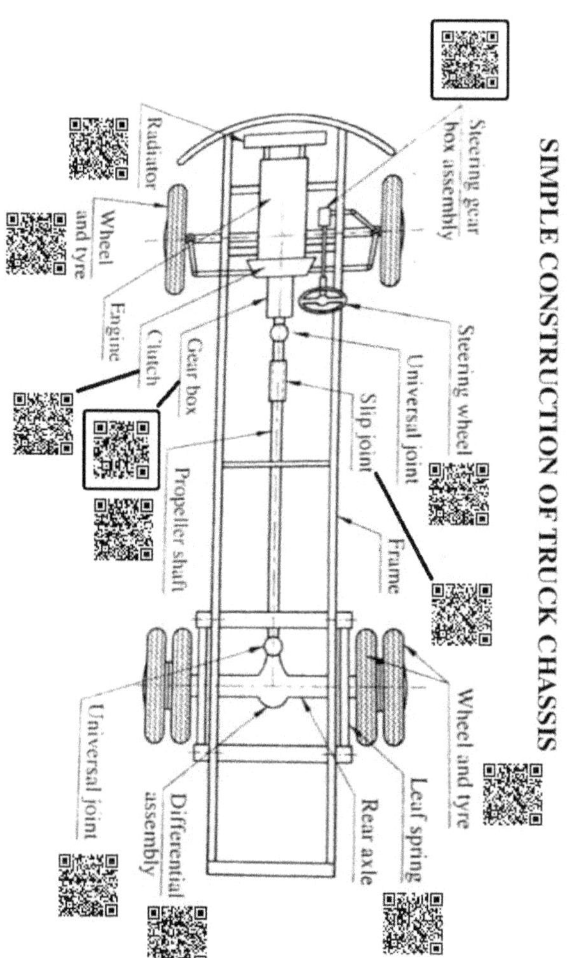
SIMPLE CONSTRUCTION OF TRUCK CHASSIS
Steering gear box assembly
Radiator
Wheel and tyre
Engine
Clutch
Gear box
Steering wheel
Universal joint
Slip joint
Frame
Propeller shaft
Wheel and tyre
Leaf spring
Rear axle
Differential assembly
Universal joint

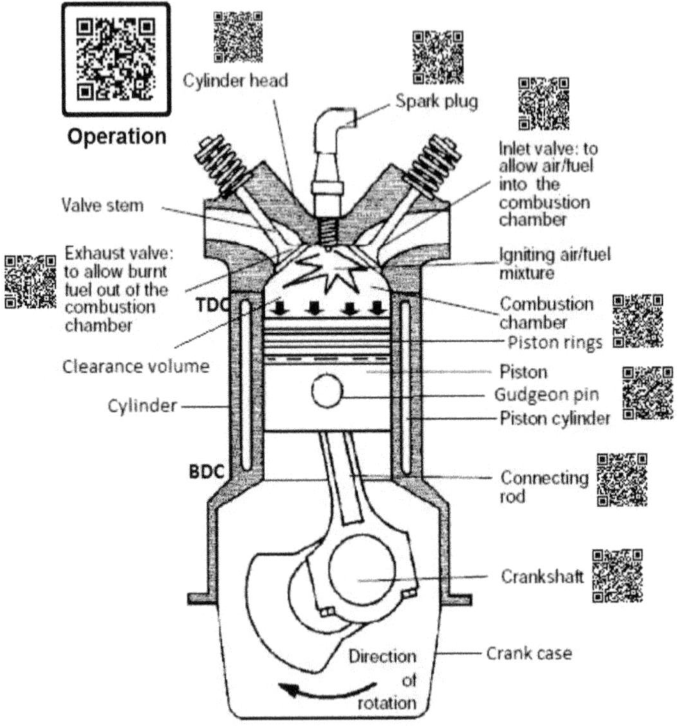

Petrol Engine Details

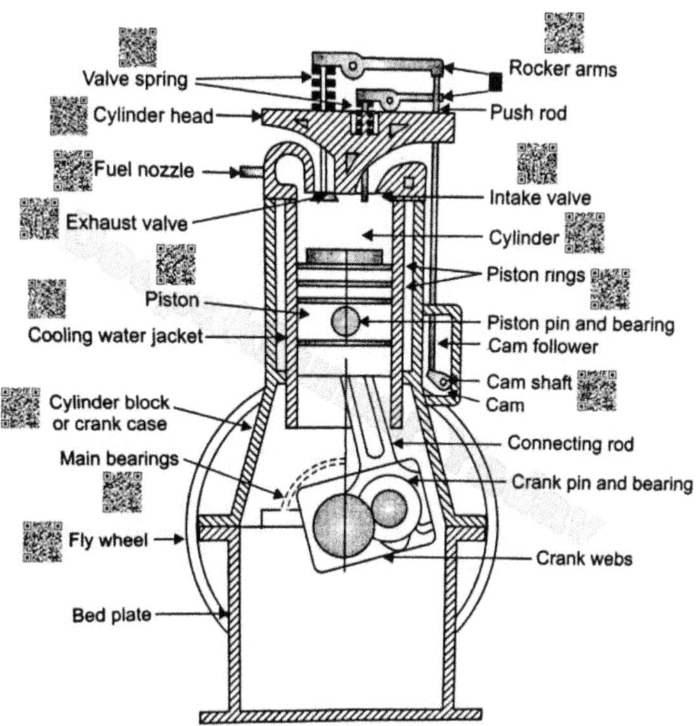

Components of Diesel Engine

Air Braking system

Auto Coolant System

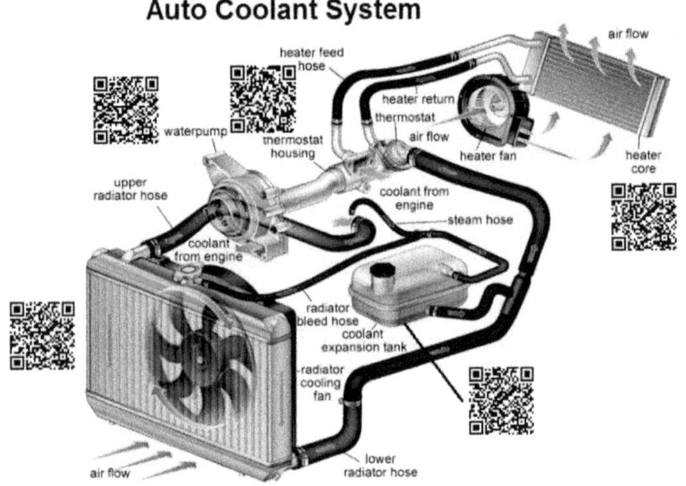

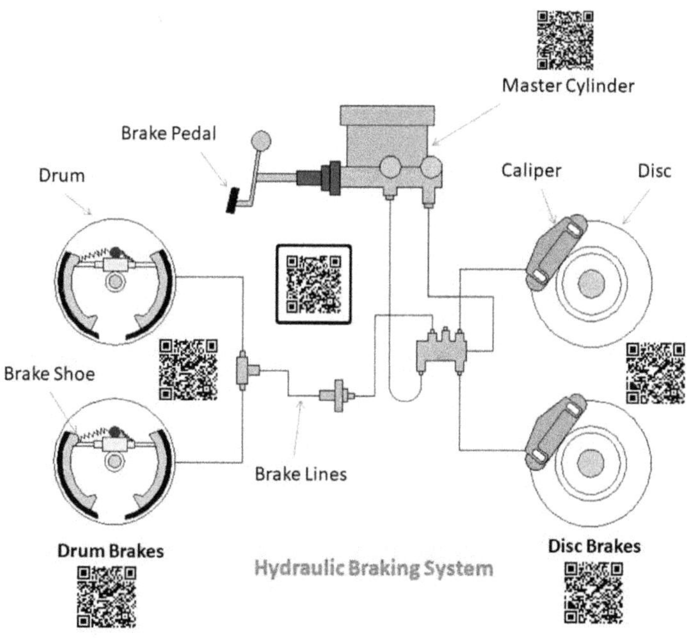
Master Cylinder
Brake Pedal
Drum
Caliper
Disc
Brake Shoe
Brake Lines
Drum Brakes
Disc Brakes
Hydraulic Braking System

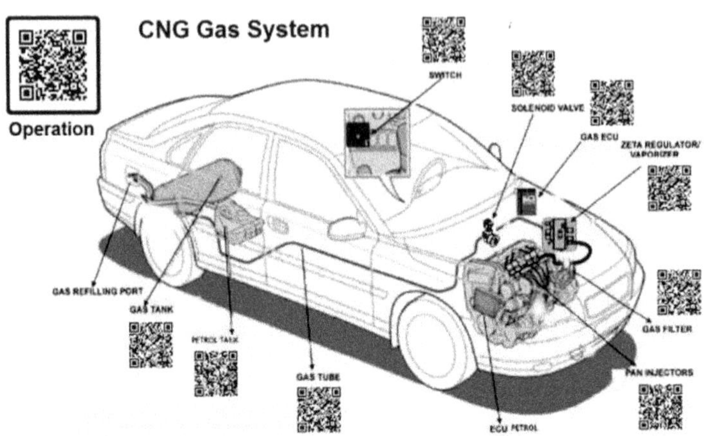
CNG Gas System
Operation
SWITCH
SOLENOID VALVE
GAS ECU
ZETA REGULATOR/
VAPORIZER
GAS REFILLING PORT
GAS TANK
PETROL TANK
GAS TUBE
GAS FILTER
PAN INJECTORS
ECU PETROL

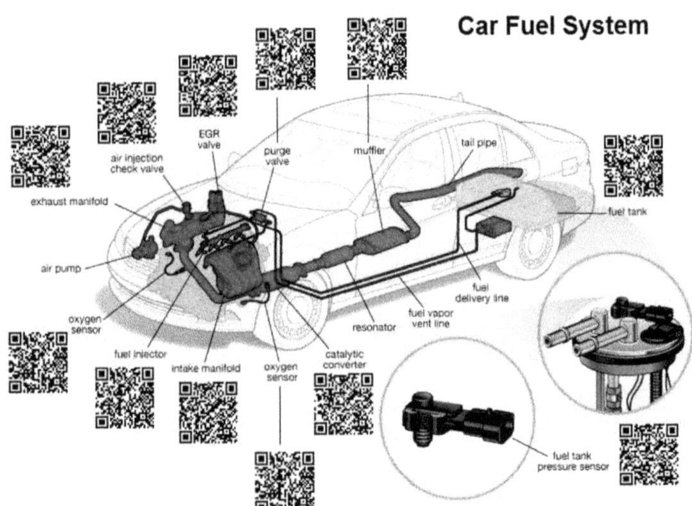
Car Fuel System
EGR valve
air injection check valve
purge valve
muffler
tail pipe
exhaust manifold
fuel tank
air pump
fuel delivery line
fuel vapor vent line
resonator
oxygen sensor
fuel injector
intake manifold
oxygen sensor
catalytic converter
fuel tank pressure sensor

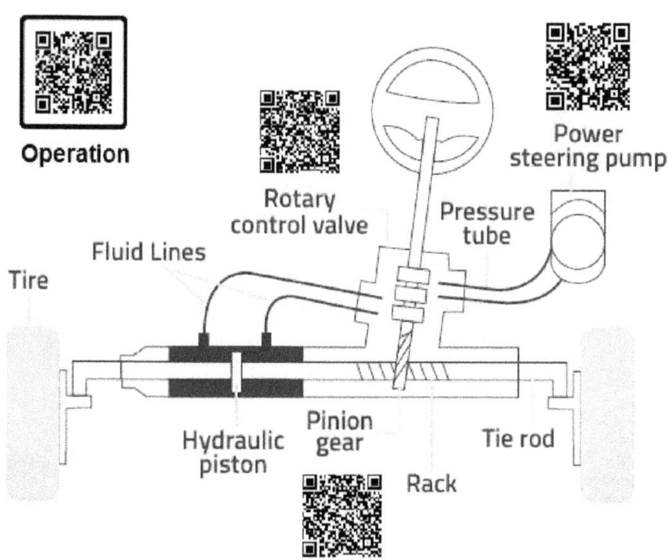

Power Steering System

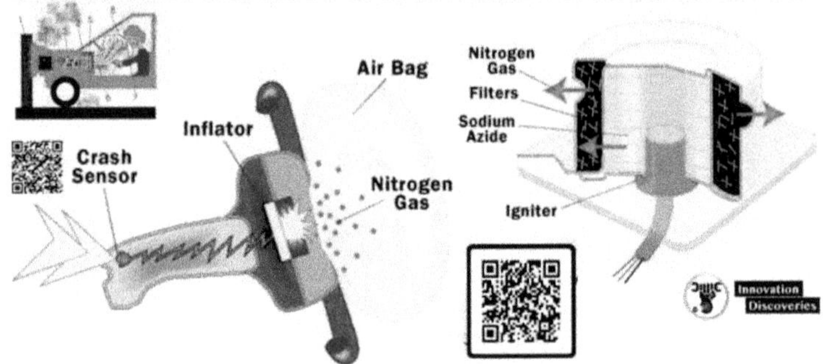
WHAT IS AIRBAG?
HOW IT WORKS DURING AN ACCIDENT?
Air Bag
Nitrogen Gas
Filters
Sodium Azide
Inflator
Crash Sensor
Nitrogen Gas
Igniter
Innovation
Discoveries

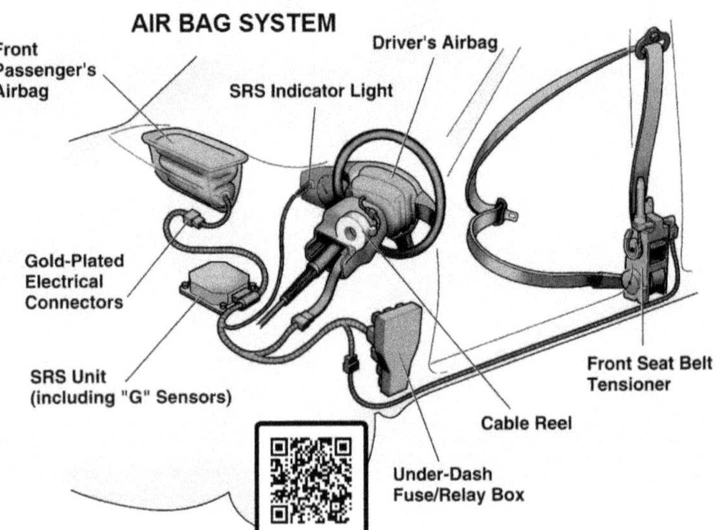
AIR BAG SYSTEM
Front Passenger's Airbag
Driver's Airbag
SRS Indicator Light
Gold-Plated Electrical Connectors
SRS Unit (including "G" Sensors)
Front Seat Belt Tensioner
Cable Reel
Under-Dash Fuse/Relay Box

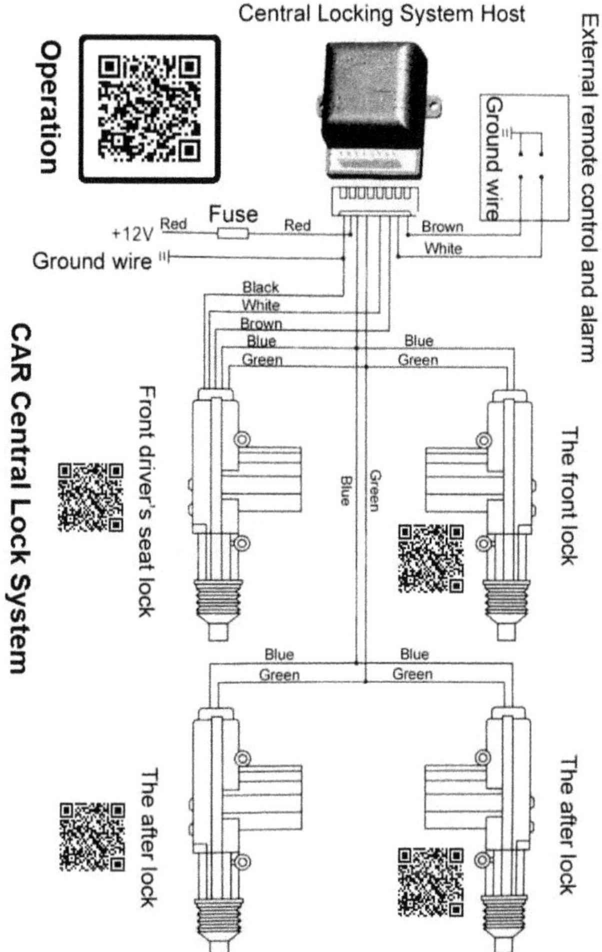
CAR Central Lock System
Operation
Central Locking System Host
External remote control and alarm
Ground wire
+12V
Red
Fuse
Red
Brown
White
Ground wire
Black
White
Brown
Blue
Green
Blue
Green
Front driver's seat lock
The front lock
Blue
Green
Blue
Green
Blue
Green
The after lock
The after lock

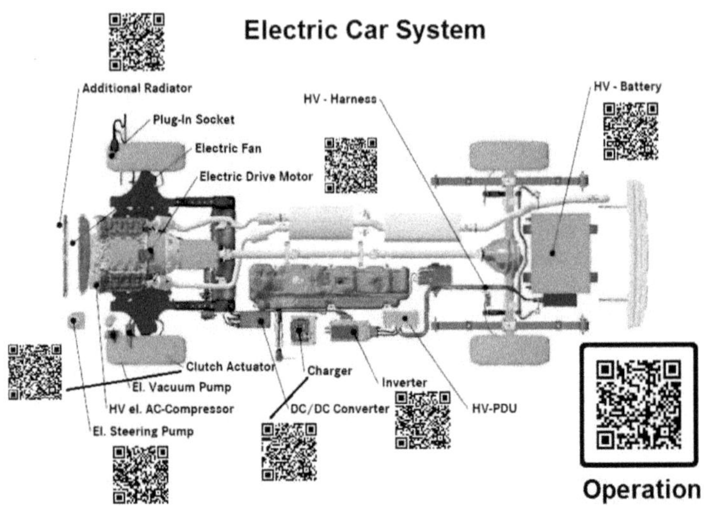

Multi Point Fuel Injection Syastem
D- MPFI & L- MPFI

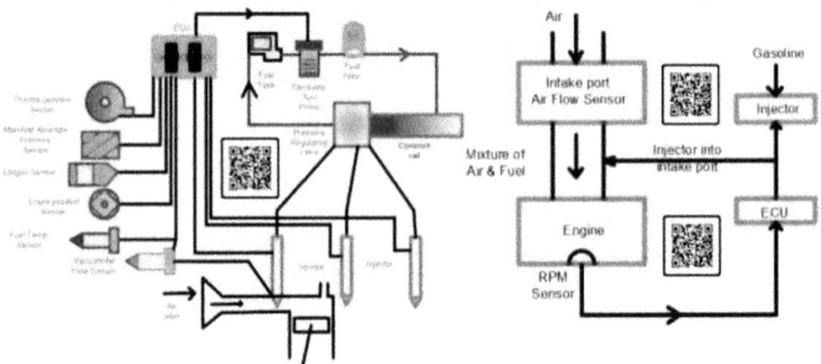

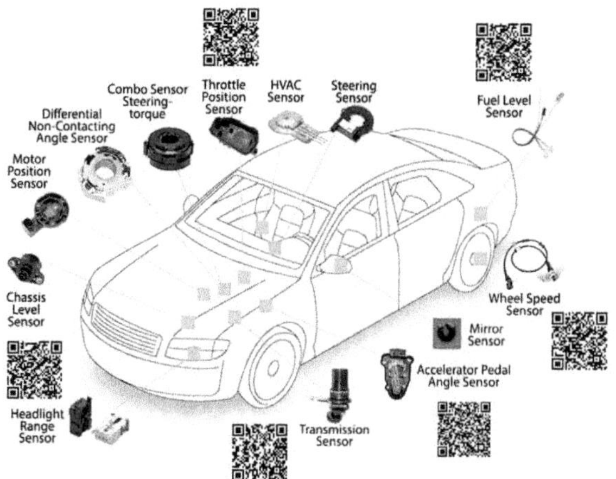

Car Sensor System

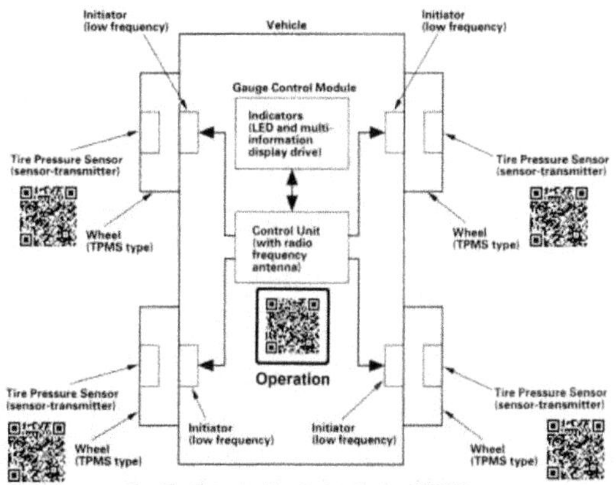

Car Tire Pressure Monitoring System (TPMS)

Dynamo (Alternator) distributor cap in car

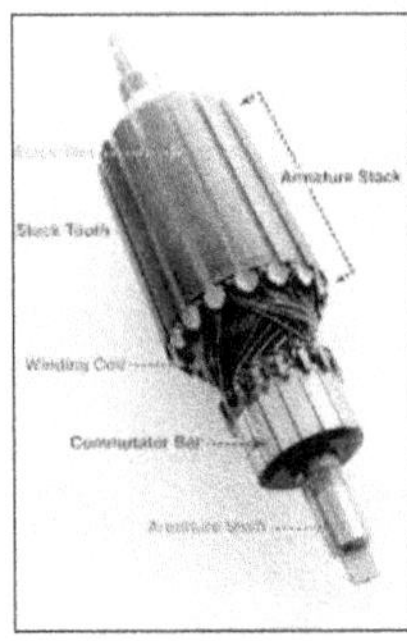

Starter winding armature in vehicle

Air tank safety valve

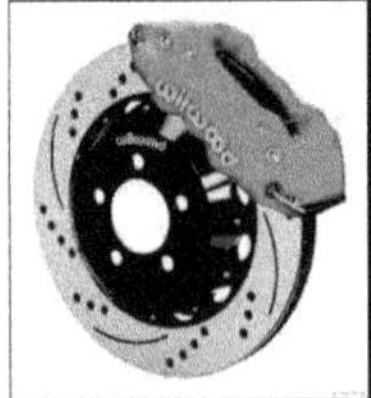

Brakes in car

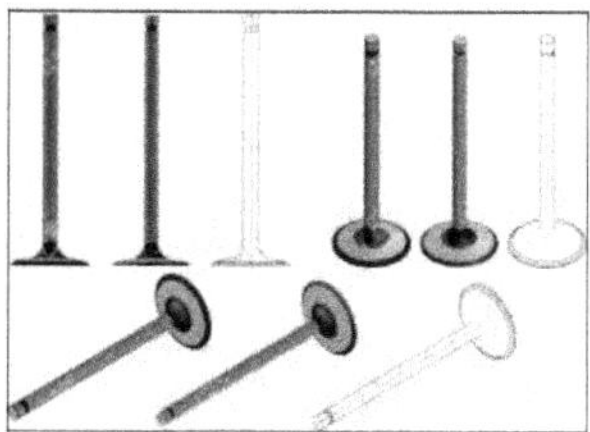

Engine valves

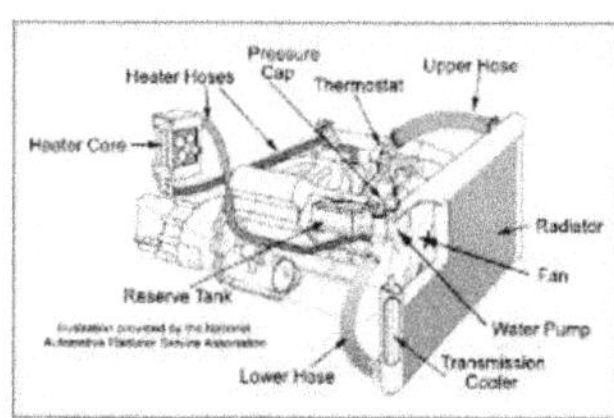

Cooling system in car

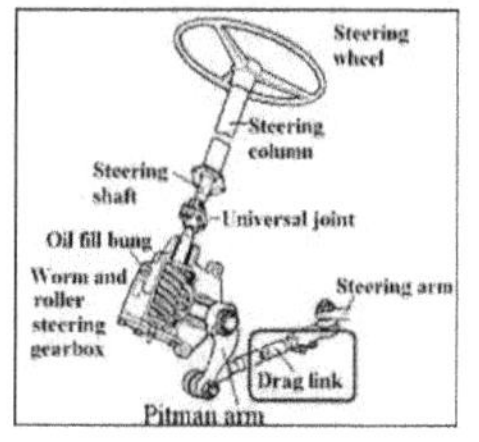

Steering gearbox in vehicle

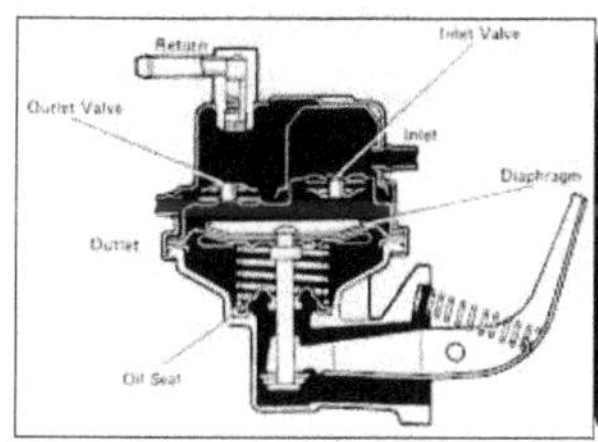

Fuel pump in Vehicle

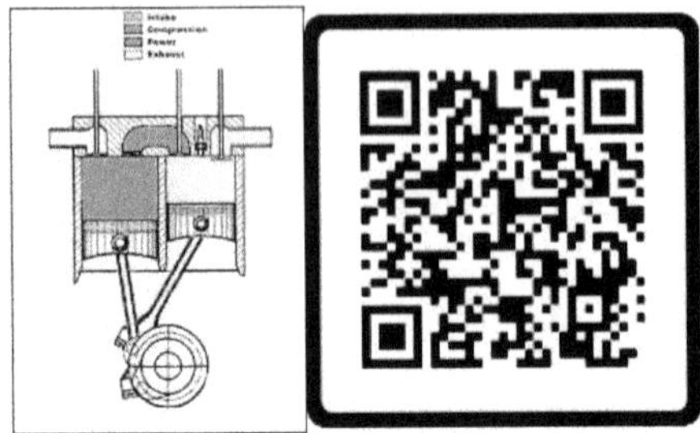

Engine in vehicle

Lead acid battery in vehicle

Piston & rings in Engine

Radiator cap in vehicle

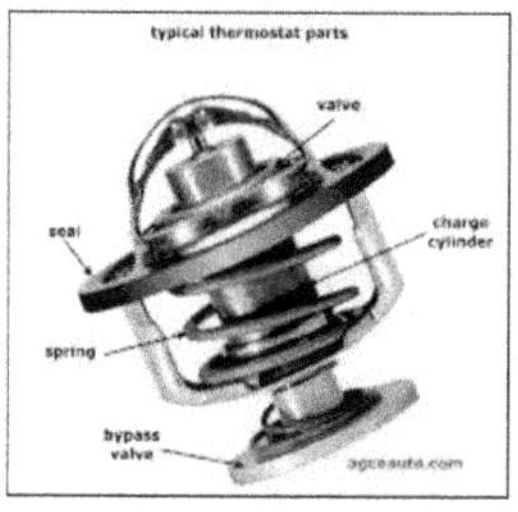

Thermostat valve in vehicle

2

मेकॅनिक मोटर व्हेईकल MMV द्वितीय वर्ष मराठी MCQ

1] गियर बदलण्यासाठी इंजिन डिस्कनेक्ट करते

अ] इंजिन

ब] तावडीत

क] अंतिम ड्राइव्ह

ड] U सांधे

2] प्रेशर प्लेट बाहेर काढते.

अ] क्लच कव्हर

ब] रिलीझ बेअरिंग

क] बोटेसोडणे

ड] क्लच प्लेट

3] इंजिन टॉर्क ट्रान्समिशन शाफ्टमध्ये प्रसारित करते.

अ] क्लच कव्हर

ब] रिलीझ बेअरिंग

क] बोटे सोडणे

ड] क्लचप्लेट

4] ड्रॉल प्लेटसह ढकलणे

अ] क्लच कव्हर

ब] रिलीझबेअरिंग

क] बोटे सोडणे

ड] क्लच प्लेट

5] फ्लाय व्हीलसह प्रेशर प्लेट धारण करते

अ] <u>क्लचकव्हर</u>

ब] रिलीझ बेअरिंग

क] बोटे सोडणे

ड] क्लच प्लेट

6] गियर बॉक्स मध्ये वापरले

अ] मल्टी प्लेट क्लच

ब] <u>कुत्र्याचेघट्टपकड</u>

क] कोन क्लच

ड] डायाफ्राम क्लच

dog clutches2 mmv dog clutches

वाहनात कुत्र्याचा तावड

7] अधिक घर्षण क्षेत्र प्रदान करते

अ] मल्टी प्लेट क्लच

ब] कुत्र्याचे घट्ट पकड

क] <u>कोनक्लच</u>

ड] डायाफ्राम क्लच

8] लहान फ्लायव्हील वापरले जाते

अ] <u>मल्टीप्लेटक्लच</u>

ब] कुत्र्याचे घट्ट पकड

क] कोन क्लच

ड] डायाफ्राम क्लच

9] स्प्रिंग रिलीझ लीव्हर म्हणून कार्य करते

अ] मल्टी प्लेट क्लच

ब] कुत्र्याचे घट्ट पकड

क] कोन क्लच

ड] <u>डायाफ्रामक्लच</u>

10] ड्राइव्ह यंत्रणा प्रकार
अ] पिनियन
ब] ओव्हररनिंगक्लच
क] प्लंजर डिस्क
ड] घट्ट पकड
11] पिनियन आणि आर्मेचरच्या अतिवेगाला प्रतिबंध करते
अ] पिनियन
ब] ओव्हर रनिंग क्लच
क] प्लंजर डिस्क
ड] घट्टपकड
12] फ्लायव्हील रिंगसह व्यस्त आहे
अ] पिनियन
ब] ओव्हर रनिंग क्लच
क] प्लंजर डिस्क
ड] घट्ट पकड
13] सोलनॉइडचे दोन टर्मिनल जोडा.
अ] पिनियन
ब] ओव्हर रनिंग क्लच
क] प्लंजरडिस्क
ड] घट्ट पकड
14] डबल डिक्लच आवश्यक नाही
अ] सरकणारी जाळी
ब] सिंक्रोमेश
क] डबल डिक्लचिंग
ड] हस्तांतरण प्रकरण
15] चारचाकी वाहनात वापरले जाते
अ] सरकणारी जाळी
ब] सिंक्रोमेश
क] डबल डिक्लचिंग
ड] हस्तांतरण प्रकरण
16] फक्त स्पर गीअर्स वापरले जातात
अ] सरकणारी जाळी
ब] सिंक्रोमेश
क] डबल डिक्लचिंग

ड] हस्तांतरण प्रकरण

17] गुळगुळीत गियर शिफ्टिंगसाठी वापरले जाते

अ] सरकणारी जाळी

ब] सिंक्रोमेश

क] डबल डिक्लचिंग

ड] हस्तांतरण प्रकरण

18] हार्ड गीअर शिफ्टिंगमुळे

अ] जीर्ण झालेली क्लच डिस्क

ब] खराब झालेले मुख्य शाफ्ट बीयरिंग

C] सिंक्रोनायझर युनिट खराब झाले

डी] गिअरबॉक्समध्ये जास्त तेल.

gears gear box

गियर

19] गियर स्लिपमुळे आहे

अ] थकलेला सिंक्रोनायझर

ब] जीर्ण झालेली क्लच डिस्क

C] कोरडे मुख्य शाफ्ट बेअरिंग

ड] क्लचचा कमकुवत दाब स्प्रिंग.

20] विशिष्ट गियरमधील आवाज यामुळे होतो

अ] अपुरा क्लच पेडल फ्री प्ले

ब] गियर दात नुकसान

C] क्रॅक्ड गियर बॉक्स केस

डी] खराब झालेले सिंक्रोमेश युनिट .

21] वाहन उलटताना चालकाचे नियंत्रण असावे

अ] घट्ट पकड

ब] फॉरवर्ड गियर

क] प्रवेगक

ड] हँड ब्रेक.

22] क्लच प्लेट असेंबलीमध्ये स्प्रिंग्ससह मध्यवर्ती स्टील डिस्क असते

अ] ताकद
ब] लवचिकता
क] कमी आवाज
D] <u>शोषकधक्के</u>
23] कुत्र्यांच्या तावडीत वापरतात
अ] <u>गियरबॉक्स</u>
ब] घर्षण तावडी
C] ब्रेक्स
ड] भिन्नता

speed gear box6

gear box

वाहनात स्पीड गियर बॉक्स

24] सिंक्रोमेश यंत्रणा प्रदान केली आहे
अ] वाहनाचा वेग वाढवणे
ब] वाहनाचा वेग कमी करणे
C] <u>गुळगुळीत गियर प्रतिबद्धता'</u>
ड] वरीलपैकी काहीही नाही.
25] फक्त स्पर गीअर्स वापरले जातात
अ] <u>सरकणारी जाळी</u>
ब] सिंक्रोमेश

क] डबल डिक्लचिंग

ड] हस्तांतरण प्रकरण

26] गुळगुळीत गियर शिफ्टिंगसाठी वापरले जाते

अ] सरकणारी जाळी

ब] सिंक्रोमेश

क] डबल <u>डिक्लचिंग</u>

ड] हस्तांतरण प्रकरण

27] हार्ड गीअर शिफ्टिंगमुळे आहे

अ] जीर्ण झालेली क्लच डिस्क

ब] खराब झालेले मुख्य शाफ्ट बीयरिंग

C] <u>सिंक्रोनायझर युनिट खराब झाले</u>

ड] गिअरबॉक्समध्ये जास्त तेल.

28] गियर स्लिप मुळे आहे

अ] <u>थकलेला सिंक्रोनायझर</u>

ब] जीर्ण झालेली क्लच डिस्क

C] कोरडे मुख्य शाफ्ट बेअरिंग

ड] क्लचचा कमकुवत दाब स्प्रिंग.

29] विशिष्ट गियरमधील आवाज यामुळे होतो

अ] अपुरा क्लच पेडल फ्री प्ले

ब] गियर दात नुकसान

C] क्रॅक्ड गियर बॉक्स केस

डी] <u>खराब झालेले सिंक्रोमेश युनिट</u> .

30] गिअरशिफ्ट लीव्हर यासाठी वापरले जाते

अ] क्लच सोडणे

ब] <u>गियर बदलणे</u>

क] इंजिनचा वेग वाढवणे

ड] वाहनाची दिशा नियंत्रित करणे.

31] कोणत्या प्रकारच्या स्टीयरिंग गियर बॉक्समध्ये व्हेरिएबल स्टीयरिंग रेशन प्राप्त होते?

अ] <u>वर्मआणिरोलरस्टीयरिंगगियर</u>

ब] वर्म आणि नट स्टीयरिंग गियर

C] वर्म आणि सेक्टर स्टीयरिंग गियर

डी] रॅक आणि पिनियन स्टीयरिंग गियर

steering gearbox3

steering system

वाहनातील स्टीयरिंग गिअरबॉक्स

32] याद्वारे वाहन वेगवेगळे वेग मिळवते

अ] गियरबॉक्स

ब] घट्ट पकड

क] भिन्नता

D] मागील एक्सल आणि चाक

33] कुत्र्यांच्या तावडीत वापरतात

अ] गियरबॉक्स

ब] घर्षण तावडी

C] ब्रेक्स

ड] भिन्नता

34] 3 स्पीड गिअर बॉक्समध्ये खालील गीअर्सचे संयोजन दिलेले आहे

अ] 3 फॉरवर्डआणि 1 रिव्हर्स

ब] 2 फॉरवर्ड आणि 1 रिव्हर्स

क] 4 पुढे

D] 2 फॉरवर्ड आणि 2 रिव्हर्स

35] कोणता गियर अक्षीय विश्वास निर्माण करत नाही

अ] स्पूरगियर

ब] हेलिकल गियर

C] सर्पिल बेव्हल गियर

डी] बेव्हल गियर

36] जे गीअर्स रोटरी मोशनला रेखीय गतीमध्ये रूपांतरित करते

अ] वर्म गियर्स

ब] हेरिंग बोन गियर

क] रॅकआणिपिनियन

ड] हेलिकल गियर

37] गियर घसरण्याचे कारण काय आहे

अ] अनल्युब्रिकेटेड गियर linka-ges

ब] गिअर बॉक्समध्ये कमी तेल

क] गियरचे तुटलेले दात

डी] गियरलीव्हरचेचुकीचेसमायोजन

38] विभेदक गियर गुणोत्तर खालीलपैकी कोणत्याही एका विधानावरून काढले जाऊ शकते

अ] सूर्य गियर

ब] ग्रहांचीगियर

क] मुकुट चाक

ड] पिनियन

diffrential gear box3

Diffrential

ट्रकमधील भिन्न गियर बॉक्स

39] कमी इंजिन ऑइल प्रेशरमुळे असू शकते

अ] चिकटलेले तेल फिल्टर

ब] ऑइल सॅम्पमध्ये अधिक तेल भरले

C] वापरलेल्या तेलाची उच्च स्निग्धता

डी] <u>पंपगीअर्सदरम्यानअत्यधिकप्रतिक्रिया</u>

40] रोड व्हील टॉर्क वाढवते

अ] इंजिन

ब] तावडीत

क] <u>अंतिमड्राइव्ह</u>

ड] U सांधे

41] चारचाकी वाहनात वापरले जाते

अ] सरकणारी जाळी

ब] सिंक्रोमेश

क] डबल डिक्लचिंग

ड] हस्तांतरण <u>प्रकरण</u>

42] फोर व्हील ड्राइव्हचा वापर करावा

अ] नेहमी

ब] टेकडीवर चढताना

C] <u>वाळूवर (चिखलयुक्त जमिनीवर)</u>

ड] डोंगर उतरताना.

43] वाहन चालवताना नेहमी ओल्या किंवा वालुकामय रस्त्यांचा वापर करा

अ] <u>फक्त चार चाकी ड्राइव्ह</u>

ब] फक्त टू व्हील ड्राइव्ह

क] फर्स्ट गियर फक्त

ड] अधिक प्रवेग.

44] दबावाखाली द्रव

अ] हेवी ड्युटी इंजिन सुरू करणे

ब] स्टार्टर मोटर

C] <u>हायड्रॉलिक क्रँकिंग</u>

ड] इलेक्ट्रिक मोटर

45] गॅसोलीन इंजिन

अ] <u>हेवी ड्युटी इंजिन सुरू करणे</u>

ब] स्टार्टर मोटर

C] हायड्रॉलिक क्रँकिंग

ड] इलेक्ट्रिक मोटर

46] बॅटरी पॉवर

अ] हेवी ड्युटी इंजिन सुरू करणे

ब] <u>स्टार्टर मोटर</u>

C] हायड्रॉलिक क्रँकिंग

ड] इलेक्ट्रिक मोटर

47] एअर कंप्रेसरद्वारे चालविले जाते

अ] हेवी ड्युटी इंजिन सुरू करणे

ब] स्टार्टर मोटर

C] हायड्रॉलिक क्रँकिंग

ड] <u>इलेक्ट्रिक मोटर</u>

48] हायड्रोलिक फ्लोअर जॅक वापरला जातो

अ] किंग पिन बुश काढण्यासाठी

ब] <u>चाक उचलणे</u>

क] झुडूप दाबण्यासाठी

ड] नोकरी धरा.

49]हायड्रॉलिक ब्रेक सिस्टममधील द्रवपदार्थाचा दाब नियंत्रित केला जातो

अ] कायदा उकळतो

ब] चार्ल्स कायदा

C] <u>पास्कलचानियम</u>

D] वरीलपैकी कोणताही कायदा नाही

50] मास्टर सिलेंडरमधील द्रवपदार्थाचा दाब यावर अवलंबून असतो

अ] <u>मास्टरसिलेंडरपिस्टनक्षेत्र</u>

ब] चाक सिलेंडर पिस्टन क्षेत्र

क] पाईप लाईन डाय

ड] द्रव स्निग्धता

51] सिलिंडरच्या आत आणि बाहेर दोन्ही मार्गांनी द्रव येऊ देते

अ] पिस्टन

ब] पुश रॉड

क] प्राथमिक कप

ड] <u>झडपतपासा</u>

52] भरपाई देणारे बंदर सील करते

अ] पिस्टन

ब] पुश रॉड

क] <u>प्राथमिककप</u>

ड] झडप तपासा

53] पिस्टन सक्रिय करते

अ] पिस्टन

ब] <u>पुशरॉड</u>

क] प्राथमिक कप

ड] झडप तपासा

54] द्रवपदार्थावर दबाव निर्माण होतो

अ] <u>पिस्टन</u>

ब] पुश रॉड

क] प्राथमिक कप

ड] झडप तपासा

piston rings & valves7 diesel-engine-piston-rings

इंजिनमधील पिस्टन आणि रिंग

55] इंधन बाहेर जाण्यासाठी दबाव विकसित करते

अ] झडपा

ब] कॉइल स्प्रिंग

क] <u>डायाफ्राम</u>

ड] रॉकर हात

56] डायाफ्राम सक्रिय करते

अ] झडपा

ब] कॉइल स्प्रिंग

क] डायाफ्राम

ड] <u>रॉकरहात</u>

57] इंधन आत आणि बाहेर वाहू द्या

अ] <u>झडपा</u>

ब] कॉइल स्प्रिंग

क] डायाफ्राम

ड] रॉकर हात

engine valves3

diesel engine-valve-spring

इंजिन वाल्व

58] डायाफ्राम परत करण्यास मदत करते.

अ] झडपा

ब] कॉइलस्प्रिंग

क] डायाफ्राम

ड] रॉकर हात

59] ओव्हरफ्लो व्हॉल्व्ह वापरला जातो

अ] इंधन भरणा यंत्रातील अतिरिक्त इंधन परत पाठवणे

ब] इंधन फिल्टरला अधिक इंधन पुरवठा करण्यासाठी

C] स्वच्छ इंधन पुरवठा करण्यासाठी

ड] गळती होणारे इंधन घेणे.

60] स्नेहन प्रणालीमध्ये जास्त तेलाचा दाब यामुळे असू शकतो

अ] संपमध्ये इंजिन तेलाचे प्रमाण कमी

ब] रिलीफव्हॉल्व्हचेचुकीचेसमायोजन

C] सक्शन पाईपवर कमी सक्शन प्रभाव

D] वरीलपैकी काहीही नाही

61] जेव्हा तेलाचा दाब निर्धारित मर्यादेपेक्षा जास्त वाढतो, तेव्हा तेल संपुष्टात येते

अ] <u>प्रेशररिलीफव्हॉल्व्ह</u>

ब] पास वाल्वद्वारे

C] तेल फिल्टर

ड] तेल पंप

62] स्टब एक्सल्स फिरवण्यास मदत करते

अ] पुढचा धुरा

ब] ट्रॅक रॉड

क] स्टब एक्सल

ड] <u>स्टबएक्सलहात</u>

63] स्प्रिंग्स आणि स्टीयरिंग लिंकेज असतात.

अ] <u>पुढचाधुरा</u>

ब] ट्रॅक रॉड

क] स्टब एक्सल

ड] स्टब एक्सल हात

64] स्टीयरिंग व्हीलची हालचाल स्टब एक्सलमध्ये प्रसारित करते

अ] पुढचा धुरा

ब] <u>ट्रॅकरॉड</u>

क] स्टब एक्सल

ड] स्टब एक्सल हात

65] स्टीयरिंगच्या उद्देशाने किंग पिनबद्दल पिव्होट्स

अ] पुढचा धुरा

ब] ट्रॅक रॉड

क] <u>स्टबएक्सल</u>

ड] स्टब एक्सल हात

66] स्प्रिंग माउंटिंगसाठी आसन म्हणून कार्य करते

अ] किंगपिन

ब] <u>स्प्रिंगपॅड</u>

क] स्टब एक्सल शाफ्ट भाग

ड] ट्रॅक रॉड बॉल सांधे

67] स्टब एक्सलसह फ्रंट एक्सल जोडतो

अ] <u>किंगपिन</u>

ब] स्प्रिंग पॅड

क] स्टब एक्सल शाफ्ट भाग

ड] ट्रॅक रॉड बॉल सांधे

68] ट्रॅक रॉडसाठी लवचिक हालचाल प्रदान करते

अ] किंगपिन

ब] स्प्रिंग पॅड

क] स्टब एक्सल शाफ्ट भाग

ड] <u>ट्रॅकरॉडबॉलसांधे</u>

69] व्हील हब बेअरिंग्स सामावून घेतात.

अ] किंगपिन

ब] स्प्रिंग पॅड

क] <u>स्टबएक्सलशाफ्टभाग</u>

ड] ट्रॅक रॉड बॉल सांधे

70] फ्रेमच्या तळाशी पिव्होट्स आणि स्प्रिंगसाठी आसन म्हणून कार्य करते

अ] वरचा नियंत्रण हात

ब] कॉइल स्प्रिंग

क] चेंडू सांधे

ड] <u>खालचानियंत्रणहात</u>

71] स्टीयरिंग नकल हालचालीसाठी मुख्य म्हणून कार्य करते

अ] वरचा नियंत्रण हात

ब] कॉइल स्प्रिंग

क] <u>चेंडूसांधे</u>

ड] खालचा नियंत्रण हात

72] कुशनिंग इफेक्ट प्रदान करते

अ] वरचा नियंत्रण हात

ब] <u>कॉइलस्प्रिंग</u>

क] चेंडू सांधे

ड] खालचा नियंत्रण हात

73] फ्रेमच्या शीर्षस्थानी पिव्होट्स आणि स्प्रिंगसाठी आसन म्हणून कार्य करते

अ] <u>वरचानियंत्रणहात</u>

ब] कॉइल स्प्रिंग

क] चेंडू सांधे

ड] खालचा नियंत्रण हात

74] जेव्हा पुढची चाके सरळ पुढच्या स्थितीत असतात आणि किंग पिन्सच्या मध्यभागी आणि स्टीयरिंग आर्म्स एंडमधून रेषा काढल्या जातात तेव्हा ते कोणत्या टप्प्यावर भेटतील?

अ] फ्रंट एक्सलच्या मध्यभागी
ब] चेसिसच्या मध्यभागी
C] डिफरन्शियलच्या मागे मागील एक्सलच्या मध्यभागी
D] मागीलएक्सलच्यामध्यभागीविभेदकच्याअगदीपुढे
75] त्याची गती जाळीदार भागांमध्ये प्रसारित करते
अ] स्टीयरिंग व्हील
ब] जंत
क] सुकाणू स्तंभ
D] सेक्टर/रोलर/बॉल नट/पेग
76] स्टीयरिंग कॉलम फिरवते
अ] स्टीयरिंगव्हील
ब] जंत
क] सुकाणू स्तंभ
D] सेक्टर/रोलर/बॉल नट/पेग
77] कमानीच्या हालचालीमध्ये फिरते आणि ते क्रॉस शाफ्टमध्ये प्रसारित करते
अ] स्टीयरिंग व्हील
ब] जंत
क] सुकाणू स्तंभ
D] सेक्टर/रोलर/बॉलनट/पेग
78] अळी फिरवते
अ] स्टीयरिंग व्हील
ब] जंत
क] सुकाणूस्तंभ
D] सेक्टर/रोलर/बॉल
79] समोरच्या चाकाचा बाहेरचा कल
अ] नकारात्मक कॅम्बर कोन
ब] सकारात्मककास्टरकोन
क] किंगपिन कल
ड] कोन वाहन समाविष्ट
80] पुढच्या चाकाचा आतील बाजूस झुकणे
अ] नकारात्मक कॅम्बर कोन
ब] सकारात्मककास्टरकोन
क] किंगपिन कल
ड] कोन वाहन समाविष्ट

81] टायर सेंटर लाईन आणि किंगपिन सेंटर लाईन मधील कोन
अ] नकारात्मक कॅम्बर कोन
ब] सकारात्मक कास्टर कोन
क] किंगपिन कल
डी] कोनवाहनसमाविष्ट

82] वाहनाच्या मध्यभागी किंगपिनचा कल
अ] नकारात्मक कॅम्बर कोन
ब] सकारात्मक कास्टर कोन
क] किंगपिनकल
ड] कोन वाहन समाविष्ट

83] कोणत्या प्रकारच्या स्टीयरिंग गियर बॉक्समध्ये व्हेरिएबल स्टीयरिंग रेशन प्राप्त होते?
अ] वर्मआणिरोलरस्टीयरिंगगियर
B] वर्म आणि नट स्टीयरिंग गियर
C] वर्म आणि सेक्टर स्टीयरिंग गियर
डी] रॅक आणि पिनियन स्टीयरिंग गियर

84] सस्पेंशनमध्ये स्ट्रट रॉड वापरला जातो
अ] पारंपारिक I बीम एक्सल प्रकार निलंबन
ब] कॉइल स्प्रिंग प्रकार निलंबन प्रणाली
C] टॉर्शन बार निलंबन प्रणाली
ड] मॅकफरसनप्रणाली

85] स्प्रिंग्स आणि स्टीयरिंग लिंकेज असतात.
अ] पुढचाधुरा
ब] ट्रॅक रॉड
क] स्टब एक्सल
ड] स्टब एक्सल हात

86] स्प्रिंग माउंटिंगसाठी आसन म्हणून कार्य करते
अ] किंगपिन
ब] स्प्रिंगपॅड
क] स्टब एक्सल शाफ्ट भाग
ड] ट्रॅक रॉड बॉल सांधे

87] फ्रेमच्या तळाशी पिव्होट्स आणि स्प्रिंगसाठी आसन म्हणून कार्य करते
अ] वरचा नियंत्रण हात
ब] कॉइल स्प्रिंग

क] चेंडू सांधे

ड] खालचानियंत्रणहात

88] कुशनिंग इफेक्ट प्रदान करते

अ] वरचा नियंत्रण हात

ब] कॉइलस्प्रिंग

क] चेंडू सांधे

ड] खालचा नियंत्रण हात

89] हॉचकिस ड्राईव्हमध्ये मागील आणि ड्रायव्हिंग टॉर्क द्वारे घेतला जातो

अ] मागील एक्सल गृहनिर्माण

ब] मागीललीफस्प्रिंग

C] शॉक शोषक

डी] इंजिन माउंटिंग

90] हेल्पर स्प्रिंग मध्ये वापरले जाते

अ] कार

ब] जीप

क] हलकी मोटार वाहन

ड] अवजडट्रक

91] टायर सेंटर लाईन आणि किंगपिन सेंटर लाईन मधील कोन

अ] नकारात्मक कॅम्बर कोन

ब] पॉझिटिव्ह कॅस्टर अँगल

क] किंगपिन कल

डी] कोनवाहनसमाविष्ट

92] टायरच्या बाहेरील पृष्ठभागावर टक्कल पडणे हे कारण आहे

अ] अतिवेग

ब] टायर फिरवण्याची कमतरता

क] असंतुलितचाक

डी] महागाई जास्त

93] किंग पिनची मध्य रेषा आणि टायरच्या मध्यबिंदूपासून उभी रेषा यांच्यातील कोन म्हणतात.

A. कॅम्बर कोन

B. कॅस्टर अँगल

C. वळणांवर पायाचे बोट बाहेर कोन

D. किंगपिनकल

94] पॅडल परत सामान्य स्थितीत आणते

अ] ब्रेक पेडल

ब] दुवा

क] कॅम

ड] <u>पेडलरिटर्नस्प्रिंग</u>

95] ब्रेक शू विस्तृत करते

अ] ब्रेक पेडल

ब] दुवा

क] <u>कॅम</u>

ड] पेडल रिटर्न स्प्रिंग

96] कॅम चालवतो

अ] ब्रेक पेडल

ब] <u>दुवा</u>

क] कॅम

ड] पेडल रिटर्न स्प्रिंग

97] लिंकेज चालवते

अ] <u>ब्रेकपेडल</u>

ब] दुवा

क] कॅम

ड] पेडल रिटर्न स्प्रिंग

98] पुढील आणि मागील चाकांना द्रव पुरवठा करते

अ] ब्रेक पेडल

ब] मास्टर सिलेंडर पिस्टन

क] व्हील सिलेंडर पिस्टन

ड] <u>वितरणब्लॉक</u>

99] ब्रेक शू ड्रमच्या दिशेने ढकलतो

अ] ब्रेक पेडल

ब] मास्टर सिलेंडर पिस्टन

क] <u>व्हीलसिलेंडरपिस्टन</u>

ड] वितरण ब्लॉक

100] द्रवपदार्थावर दबाव निर्माण होतो

अ] ब्रेक पेडल

ब] <u>मास्टरसिलेंडरपिस्टन</u>

क] व्हील सिलेंडर पिस्टन

ड] वितरण ब्लॉक

101] मास्टर सिलेंडर पिस्टनला लिंकेजमधून ढकलतो.

अ] <u>ब्रेकपेडल</u>

ब] मास्टर सिलेंडर पिस्टन

क] व्हील सिलेंडर पिस्टन

ड] वितरण ब्लॉक

102] सिलेंडरमध्ये आणि बाहेर दोन्ही मार्गांनी द्रवपदार्थ येऊ देते

अ] पिस्टन

ब] पुश रॉड

क] प्राथमिक कप

ड] <u>झडपतपासा</u>

103] भरपाई देणारे बंदर सील करते

अ] पिस्टन

ब] पुश रॉड

क] <u>प्राथमिककप</u>

ड] झडप तपासा

104] पिस्टन सक्रिय करते

अ] पिस्टन

ब] <u>पुशरॉड</u>

क] प्राथमिक कप

ड] झडप तपासा

105] द्रवपदार्थावर दबाव निर्माण होतो

अ] <u>पिस्टन</u>

ब] पुश रॉड

क] प्राथमिक कप

ड] झडप तपासा

106] खालीलपैकी कोणते साहित्य ब्रेक ड्रमसाठी वापरले जात नाही.

अ] पोलाद

ब] <u>तांबे</u>

क] कास्ट लोह

ड] ॲल्युमिनियम मिश्र धातु

107] चाकाच्या सिलेंडरच्या टोकाला रबर बूट वापरण्याचा उद्देश आहे...

अ] <u>परदेशीकणांचाप्रवेशरोखण्यासाठी</u>

ब] सिलेंडरच्या आत हवा येण्यासाठी

C] रिटर्न ब्रेक फ्लुइड बाहेर पडू देण्यासाठी

ड] सिलेंडरमधून हवा बाहेर पडणे थांबवणे

108] रिव्हर्स ब्रेकिंग दरम्यान आवाज कमी करण्यासाठी

अ] दुहेरी पिस्टन व्हील सिलेंडर

ब] सिंगल पिस्टन व्हील सिलेंडर

क] स्टेप-बोअर व्हील सिलेंडर

ड] बाफलप्रकारचाकसिलेंडर

109] शूजवर ब्रेकिंग फोर्स वाढवणे

अ] दुहेरी पिस्टन व्हील सिलेंडर

ब] सिंगलपिस्टनव्हीलसिलेंडर

क] स्टेप-बोअर व्हील सिलेंडर

ड] बाफल प्रकार चाक सिलेंडर

110] दोन आघाडीच्या शू ब्रेक्स चालवण्यासाठी

अ] दुहेरीपिस्टनव्हीलसिलेंडर

ब] सिंगल पिस्टन व्हील सिलेंडर

क] स्टेप-बोअर व्हील सिलेंडर

ड] बाफल प्रकार चाक सिलेंडर

111] लीडिंग आणि ट्रेलिंग शू ब्रेक्स ऑपरेट करण्यासाठी

अ] दुहेरी पिस्टन व्हील सिलेंडर

ब] सिंगलपिस्टनव्हीलसिलेंडर

क] स्टेप-बोअर व्हील सिलेंडर

ड] बाफल प्रकार चाक सिलेंडर

mmv air tank safety valve

air tank safety valve

एअर टँक सुरक्षा झडप

112] हवेच्या टाकीतून हवेचा अतिरिक्त दाब कमी होतो.

अ] एअर कंप्रेसर

ब] अनलोडर वाल्व

सी] <u>सुरक्षाझडप</u>

ड] ब्रेक चेंबर

brakes Disk Brake

कारमध्ये ब्रेक

113] घरे डायफ्राम आणि पुशरोड

अ] एअर कंप्रेसर

ब] अनलोडर वाल्व

सी] सुरक्षा झडप

ड] <u>ब्रेकचेंबर</u>

114] प्रणालीला संकुचित हवा पुरवते

अ] <u>एअरकंप्रेसर</u>

ब] अनलोडर वाल्व

सी] सुरक्षा झडप

ड] ब्रेक चेंबर

115] हवेच्या टाकीपर्यंत पोहोचून जास्तीत जास्त हवेचा दाब नियंत्रित करते.

अ] एअर कंप्रेसर

ब] <u>अनलोडरवाल्व</u>

सी] सुरक्षा झडप

ड] ब्रेक चेंबर

116] पार्किंग दरम्यान अयशस्वी सुरक्षित ब्रेक सिस्टममध्ये ब्रेक कसे लावले जातात

A] ब्रेक ॲक्ट्युएटरमध्ये हवेच्या दाबाने

ब] <u>ब्रेकॲक्ट्युएटरमध्येस्प्रिंगप्रेशरद्वारे</u>

C] ब्रेक ॲक्ट्युएटरमध्ये व्हॅक्यूमद्वारे

डी] यांत्रिक हँड ब्रेकद्वारे

117] पुढील आणि मागील ब्रेकला हवा पुरवठा करते

अ] ब्रेक अॅक्ट्युएटर

ब] इयुअलब्रेकव्हॉल्व्ह

क] प्रणाली संरक्षण झडपा

ड] झडप झडप

118] वाहन पार्किंगसाठी चालवले जाते.

अ] ब्रेक अॅक्ट्युएटर

ब] ड्युअल ब्रेक व्हॉल्व्ह

क] प्रणाली संरक्षण झडपा

ड] झडपझडप

119] स्प्रिंग प्रेशर लावते आणि जेव्हा सिस्टममध्ये हवेचा दाब कमी असतो तेव्हा ब्रेक लावतो

अ] ब्रेकअॅक्ट्युएटर

ब] ड्युअल ब्रेक व्हॉल्व्ह

क] प्रणाली संरक्षण झडपा

ड] झडप झडप

120] विविध सर्किट्समध्ये हवा वितरीत करते

अ] ब्रेक अॅक्ट्युएटर

ब] ड्युअल ब्रेक व्हॉल्व्ह

क] प्रणालीसंरक्षणझडपा

ड] झडप झडप

121] वाहनाला ब्रेक लावला जात आहे हे दर्शविण्यासाठी

अ] हेडलाइट

ब] पार्किंग लाइट

क] प्रकाश थांबवा

122] नो प्लेट दिवा आणि ब्रेक दिवा म्हणून वापरला जातो

ब] सूक्ष्म बल्ब

क] फेस्टून बल्ब

ड] SC/SF

ई] डीसी/डीएफ

123] पार्किंगब्रेक सामान्यतः द्‌वारे चालवले जातात

अ] हॅंडलीव्हरऑपरेशन

ब] ब्रेक पेडल ऑपरेशन

C] इलेक्ट्रिकल स्विच कंट्रोल ऑपरेशन

D] वरीलपैकी काहीही नाही

124]हायड्रॉलिक ब्रेक सिस्टीममधील द्रवपदार्थाचा दाब नियंत्रित केला जातो

अ] कायदा उकळतो

ब] चार्ल्स कायदा

C] पास्कलचानियम

D] वरीलपैकी कोणताही कायदा नाही

125] मास्टर सिलेंडरमधील द्रवपदार्थाचा दाब यावर अवलंबून असतो

अ] मास्टरसिलेंडरपिस्टनक्षेत्र

ब] चाक सिलेंडर पिस्टन क्षेत्र

क] पाईप लाईन डाय

ड] द्रव स्निग्धता

126] टँडम मास्टरकडे आहे

अ] दोनजलाशयआणिदोनआउटलेट

ब] एक जलाशय आणि दोन आउटलेट

सी] टो जलाशय आणि एक आउटलेट

ड] एक जलाशय आणि एक आउटलेट

127] ब्रेक ड्रमचे कोणते दोष वळवून दुरुस्त करता येत नाहीत?

अ] टपर

ब] जास्तगरमकरणे

क] अंडाकृती

ड] स्कोअरिंग

128]चाक सिलेंडरमधील द्रवपदार्थाचा दाब खालीलपैकी कोणत्याही एका पद्धतीद्वारे वाढवता येतो.

अ] पिस्टनचाव्यासबदलून

ब] रबर कपचा डाय बदलून

क] स्प्रिंग बदलून

डी] ब्रेक शूज बदलून

129] हवेची टाकी बनलेली आहे

अ] पोलाद

ब] तांबे

क] प्लास्टिक

ड] पितळ

130] एअर टँकवरील सुरक्षा झडप प्रतिबंधित करते

अ] हवेच्या टाकीत तेल साचणे

ब] ब्रेक व्हॉल्व्हपर्यंत जादा हवा पोहोचते

C] <u>उच्चदाबानेहवेचीटाकीफुटणे</u>

D] ब्रेक निकामी झाल्यावर हलवायचे वाहन

131] ड्युअल एअर ब्रेक सिस्टिममध्ये किती एअर टाक्या वापरल्या जातात

अ] एक

ब] दोन

क] <u>तीन</u>

ड] चार

132] वाहनाचा चालक म्हणून काम करणाऱ्या व्यक्तीला म्हणतात

अ] कंडक्टर

ब] <u>चालक</u>

क] प्रवासी

ड] प्रेक्षक.

133] वाहन धोकादायक स्थितीत सोडण्यासाठी कायदा

A] MV ACT 1988 चे 125

ब] MV ACT 1988 चे 126

C] MV ACT 1988 चे 128

D] <u>MV ACT 1988 चे 122</u>

134] रनिंग बोर्डवर राइडिंगसाठी कायदा

ब] MV ACT 1988 चे 126

C] MV ACT 1988 चे 128

D] MV ACT 1988 चे 122

इ] <u>MV ACT 1988 चे 123</u>

135] चालकाच्या अडथळ्यासाठी कायदा

A] <u>MV ACT 1988 चे 125</u>

ब] MV ACT 1988 चे 126

C] MV ACT 1988 चे 128

D] MV ACT 1988 चे 122

136] स्थिर वाहनांसाठी कायदा

A] MV ACT 1988 चे 125

ब] <u>MV ACT 1988 चे 126</u>

C] MV ACT 1988 चे 128

D] MV ACT 1988 चे 122

137] चालक आणि दुचाकीस्वारांसाठी सुरक्षा उपायांसाठी कायदा

A] MV ACT 1988 चे 125

ब] MV ACT 1988 चे 126

C] <u>MV ACT 1988 चे 128</u>

D] MV ACT 1988 चे 122

138] इंधन वाहून नेतो

अ] कार्बेरिटर

ब] पंप

क] पाईप लाईन्स

ड] <u>पेट्रोलटाकी</u>

139] पेट्रोल साठवतो

अ] कार्बेरिटर

ब] पंप

क] पाईप लाईन्स

ड] <u>पेट्रोलटाकी</u>

140] इंजिनला पेट्रोल वितरीत करते

अ] <u>कार्बेरिटर</u>

ब] पंप

क] पाईप लाईन्स

ड] पेट्रोल टाकी

141] कार्बेरिटरला पेट्रोल वितरीत करते

अ] कार्बेरिटर

ब] <u>पंप</u>

क] पाईप लाईन्स

ड] पेट्रोल टाकी

142] पेट्रोल धरतो

अ] एअर हॉर्न

ब] <u>इंधनाचीवाटी</u>

क] हवा स्वच्छ करणारा

ड] वायु रक्तस्त्राव

143] पेट्रोल हवेचे मिश्रण सिलिंडरमध्ये संकुचित केले असल्यास

अ] त्याची मात्रा कमी होते

ब] त्याचा दाब वाढेल

C] त्याचे तापमान वाढेल

D] <u>वरीलसर्वघडतील</u>

144]सक्शन स्ट्रोक दरम्यान पेट्रोल इंजिनमध्ये काढलेला चार्ज असतो

अ] फक्त हवा

B. <u>हवाआणिपेट्रोलचेमिश्रण</u>

C] फक्त पेट्रोल

डी] पेट्रोल व्यतिरिक्त इतर इंधन

petrol engine1 diesel petrol engine

कारमधील पेट्रोल इंजिन

145] पेट्रोल इंजिनमध्ये व्हॅक्यूममुळे हवेचे इंधन मिश्रण सिलेंडरमध्ये काढले जाते.

अ] पॉवर स्ट्रोक

ब] एक्झॉस्ट स्ट्रोक

क] <u>सक्शनस्ट्रोक</u>

ड] कॉम्प्रेशन स्ट्रोक

146] पेट्रोल इंजिनचा उच्च इंधन वापर यामुळे असू शकतो

अ] <u>कार्बोरेटरमधूनइंधनाचीगळती</u>

ब] स्नेहन प्रणालीतील दोष

सी] सेवन मॅनिफोल्ड मध्ये हवा गळती

डी] चुकीचा निष्क्रिय वेग (खूप कमी)

147] फ्लोट सर्किट कार्बोरेटरमध्ये प्रदान केले जाते

अ] इंधनाची वाफ साठवण्यासाठी

B] हवा आणि इंधन यांचे मिश्रण पुरवण्यासाठी

C] <u>फ्लोटचेंबरमध्येइंधनाचीयोग्यपातळीराखण्यासाठी</u>

D] वरीलपैकी काहीही नाही

148] इंजिनचा वेग वाढवणे किंवा कमी करणे

ब] स्पीडोमीटर

क] क्लच पेडल

डी] इग्निशन स्विच

इ] <u>प्रवेगक</u>

engines5

diesel petrol engine

वाहनातील इंजिन

149] इतर वाहनांना ओव्हरटेक करण्यास परवानगी देताना

अ] वेग वाढवणे

ब] <u>प्रवेगक कमी करा</u>

क] वाहन थांबवा

ड] वाहन उजवीकडे हलवा.

150] आग पकडणारे इंधन

अ] TDC

ब] सायकल
C] BDC
ड] प्रज्वलन
151] टाकी बाहेरून सील करणे.
अ] गोंधळ
ब] फिल्टरकॅप
क] बाफमध्ये पॅसेज
ड] फिलर मान
152] टाकीमधील इंधन कमी होण्यास प्रतिबंध करते
अ] गोंधळ
ब] फिल्टर कॅप
क] बाफमध्ये पॅसेज
ड] फिलर मान
153] टाकीत इंधन भरणे
अ] गोंधळ
ब] फिल्टर कॅप
क] बाफमध्ये पॅसेज
ड] फिलरमान
१५४] एका डब्यातून दुसऱ्या डब्यात इंधन हस्तांतरित करणे
अ] गोंधळ
ब] फिल्टर कॅप
क] बाफमध्येपॅसेज
ड] फिलर मान
155] इंधन वाहून नेतो
अ] कार्बोरेटर
ब] पंप
क] पाईप लाईन्स
ड] पेट्रोलटाकी
156] पेट्रोल साठवतो
अ] कार्बोरेटर
ब] पंप
क] पाईप लाईन्स
ड] पेट्रोलटाकी
157] इंजिनला डिझेल पुरवते

अ] <u>कार्बोरेटर</u>
ब] पंप
क] पाईप लाईन्स
ड] पेट्रोल टाकी
158] कार्बोरेटरला डिझेल वितरीत करते
अ] कार्बोरेटर
ब] <u>पंप</u>
क] पाईप लाईन्स
ड] पेट्रोल टाकी

fuel pump1

fuel pump

वाहनातील इंधन पंप

159] डिझेल धरते
अ] एअर हॉर्न
ब] <u>इंधनाचीवाटी</u>
क] हवा स्वच्छ करणारा
ड] वायु रक्तस्त्राव
160] हवेसाठी रस्ता म्हणून काम करते

अ] <u>एअरहॉर्न</u>

ब] इंधनाची वाटी

क] हवा स्वच्छ करणारा

ड] वायु रक्तस्त्राव

161] इंधनाचे कण फुटण्यास मदत होते

अ] एअर हॉर्न

ब] इंधनाची वाटी

क] हवा स्वच्छ करणारा

ड] <u>वायुरक्तस्त्राव</u>

162] सिलेंडरमध्ये प्रवेश करणारी हवा स्वच्छ करते

अ] एअर हॉर्न

ब] इंधनाची वाटी

क] <u>हवास्वच्छकरणारा</u>

ड] वायु रक्तस्त्राव

163] इंधन बाहेर जाण्यासाठी दबाव विकसित करते

अ] झडपा

ब] कॉइल स्प्रिंग

क] <u>डायाफ्राम</u>

ड] रॉकर हात

164] डायाफ्राम सक्रिय करते

अ] झडपा

ब] कॉइल स्प्रिंग

क] डायाफ्राम

ड] <u>रॉकरहात</u>

165] इंधन आत आणि बाहेर वाहू द्या

अ] <u>झडपा</u>

ब] कॉइल स्प्रिंग

क] डायाफ्राम

ड] रॉकर हात

166] जेव्हा इंजिनचे तापमान जास्त असते तेव्हा इंजिन युनिटमध्ये प्रतिरोधक क्षमता निर्माण होते

अ] <u>कमी</u>

ब] अधिक

क] स्थिर राहते

ड] चढ-उतार.

167] क्रियाशील वायर बनलेली असते

अ] आघाडी

ब] ॲल्युमिनियम

क] तांबे

ड] निक्रोम

168] लोखंडाचा गाभा जेव्हा चुंबकाकडे वळतो तेव्हा तो आकर्षित होतो

अ] मुख्य आर्मेचर

ब] सहायक आर्मेचर

क] दोन्ही आर्मेचर

ड] आर्मेचर नाही.

169] फ्लॅशर युनिट टर्मिनल्स म्हणून चिन्हांकित केले आहेत

अ] एचबीएस

ब] LBP

C] ISB

ड] एबीएफ

170] बिंदू वेगळे करतो

अ] सोलेनोइड स्विच

ब] सक्रिय करणारी तार (गरम झाल्यावर)

C] बॅलास्ट प्रतिरोधक

डी] सक्रिय वायर (थंड झाल्यावर)

171] विद्युत् प्रवाहाला बिंदूपर्यंत मर्यादित करते

अ] सोलेनोइड स्विच

ब] सक्रिय करणारी तार (गरम झाल्यावर)

C] बॅलास्ट प्रतिरोधक

डी] सक्रिय वायर (थंड झाल्यावर)

172] गुण बंद करतो

अ] सोलेनोइड स्विच

ब] सक्रिय करणारी तार (गरम झाल्यावर)

C] बॅलास्ट प्रतिरोधक

डी] सक्रिय वायर (थंड झाल्यावर)

173] कोरचे चुंबकाकडे वळते

अ] सोलेनोइड स्विच

ब] सक्रिय करणारी तार (गरम झाल्यावर)

C] बॅलास्ट प्रतिरोधक

डी] सक्रिय वायर (थंड झाल्यावर)

174] फ्लायव्हील मॅग्नेटोमध्ये असतात

अ] तात्पुरता चुंबक

ब] बार चुंबक

क] <u>कायम चुंबक</u>

ड] सुई चुंबक.

175] फ्लायव्हील मॅग्नेटोमध्ये, इग्निशन कॉइल असते

अ] <u>स्थिर</u>

ब] हलणे

क] फिरणारा

ड] दोलन.

176] पॉइंट्समध्ये आर्किंग टाळण्यासाठी

अ] स्विच

ब] दुय्यम कॉइल

क] फ्लायव्हील्स

ड] <u>कंडेन्सर्स</u>

177] प्राथमिक सर्किट पूर्ण करण्यासाठी

अ] <u>स्विच</u>

ब] दुय्यम कॉइल

क] फ्लायव्हील्स

ड] कंडेन्सर्स

178] एचटी विद्युत प्रवाह प्रवृत्त करण्यासाठी

अ] स्विच

ब] <u>दुय्यम कॉइल</u>

क] फ्लायव्हील्स

ड] कंडेन्सर्स

179] कायम चुंबकाला फिरवणे

अ] स्विच

ब] दुय्यम कॉइल

क] <u>फ्लायव्हील्स</u>

ड] कंडेन्सर्स

180] जेव्हा इंजिन फिरते तेव्हा प्रथम विद्युत प्रवाह तयार होतो

अ] दुय्यम वळण

ब] <u>प्राथमिक वळण</u>
क] दोन्ही गुंडाळी
ड] कंडेनसर
181] च्या रोटेशनमुळे सीबी पॉइंट उघडतात
अ] आर्मेचर
ब] <u>कॅम</u>
क] फ्लायव्हील
ड] चुंबक.
182] वर्तमान साठवून ठेवतो आणि उलट करतो
अ] आर्मेचर
ब] स्पार्क प्लग
क] <u>कंडेनसर</u>
ड] घोड्याचा जोडा
183] चुंबकीय क्षेत्र निर्माण करते
अ] आर्मेचर
ब] स्पार्क प्लग
क] कंडेनसर
ड] <u>घोड्याचा जोडा</u>
184] कॉन्टॅक्ट ब्रेकर पॉइंट उघडते
ब] स्पार्क प्लग
क] कंडेनसर
ड] घोड्याचा जोडा
इ] <u>कॅम</u>
185] चुंबकीय ध्रुवांदरम्यान फिरते
अ] <u>आर्मेचर</u>
ब] स्पार्क प्लग
क] कंडेनसर
ड] घोड्याचा जोडा
186] एचटी करंटचे स्पार्कमध्ये रूपांतर करते.
अ] आर्मेचर
ब] <u>स्पार्क प्लग</u>
क] कंडेनसर
ड] घोड्याचा जोडा
187] अल्टरनेटरचा वापर वाहनांमध्ये केला जातो

A] <u>बॅटरी चार्ज करा</u>
ब] प्रवाह मोजा
क] व्होल्टेज मोजा
ड] डिस्चार्ज बॅटरी.

dynamo distributor cap6

mmv distributor cap

कारमधील डायनॅमो (अल्टरनेटर) वितरक कॅप

188] अल्टरनेटर विनचा एसी करंट वापरून डीसीमध्ये रूपांतरित केला जातो
अ] कंडेनसर
ब] <u>रेक्टिफायर</u>
क] ब्रशेस
ड] इंडक्शन कॉइल.
189] कार्बन ब्रशेस वर स्वार होतात
अ] कम्युटेटर
ब] आर्मेचर
क] <u>स्लिप रिंग</u>
ड] रोटर.
190] स्टेटर विंडिंगचे टोक जोडलेले आहेत

अ] फील्ड कॉइल

ब] कार्बन ब्रश

क] तांब्याचा ब्रश

डी] डायोड्स .

191] स्लॉटमध्ये कॉइलची संख्या असते

अ] डायोड

ब] स्टेटर

क] बोटे

ड] उष्णता सिंक

192] 'S' & N ध्रुव तयार करतात

अ] डायोड

ब] स्टेटर

क] बोटे

ड] उष्णता सिंक

193] चार्जिंग रेट वाचतो

ब] स्टेटर

क] बोटे

ड] उष्णता सिंक

इ] Ammeter

194] डायोडमधील उष्णता शोषून घेते

अ] डायोड

ब] स्टेटर

क] बोटे

ड] उष्णता सिंक

195] सिलिकॉनचे बनलेले

अ] डायोड

ब] स्टेटर

क] बोटे

ड] उष्णता सिंक

196] बॅटरी फिट करताना योग्य निरीक्षण करा

अ] ध्रुवता

ब] आरोहण

क] डिस्टिल्ड वॉटर

ड] काहीही नाही

197] अल्टरनेटरचे आउटपुट द्वारे तपासले जाते

अ] लीड्स चमकणे

ब] पाहणे

क] <u>उपकरणे वापरणे</u>

ड] लीड्स काढून टाकणे

198] सेल व्होल्टेज मोजते

अ] प्रतिकार

ब] व्होल्टमीटर

C] Ammeter

ड] <u>सेल टेस्टर</u>

lead acid battery6 electric-car-battery

वाहनातील लीड अॅसिड बॅटरी

199] बॅटरीचे व्होल्टेज मोजते

अ] प्रतिकार

ब] <u>व्होल्टमीटर</u>

C] Ammeter

ड] सेल टेस्टर

200] ओम हे एकक आहे

अ] <u>प्रतिकार</u>

ब] व्होल्टमीटर

C] Ammeter

ड] सेल टेस्टर

201] पॅनेल बोर्डवर बसवले

अ] प्रतिकार

ब] व्होल्टमीटर

C] <u>Ammeter</u>

ड] सेल टेस्टर

202] स्टार्टर मोटरसाठी पातळ केबल्स वापरल्यास

अ] <u>केबल गरम होईल</u>

ब] व्होल्टेज ड्रॉप

C] कमी विद्युत प्रवाह पुरवठा

ड] अधिक विद्युत प्रवाह पुरवठा.

starter winding armature2

mmv Starter winding armature

वाहनातील स्टार्टर वाइंडिंग आर्मेचर

203] बॅटरीमधील मुख्य फीड वायर्समध्ये मुख्य रंग असतो

अ] पांढरा

ब] तपकिरी .

ड] लाल

D] `78` काळा

204] पृथ्वी सर्किट रंग

C] निळा/लाल

ड] लाल

इ] काळा

फ] पांढरा

205] समोरील पार्किंग दिव्याचा रंग

अ] तपकिरी

ब] पिवळा

C] निळा/लाल

ड] लाल

206] इग्निशन सर्किट रंग

C] निळा/लाल

ड] लाल

इ] काळा

फ] पांढरा

207] सर्किट रंग निर्माण करणे

अ] तपकिरी

ब] पिवळा

C] निळा/लाल

ड] लाल

208] हेड लाईट सर्किट रंग

अ] तपकिरी

ब] पिवळा

C] निळा/लाल

ड] लाल

209] बॅटरी फीड सर्किट रंग

अ] तपकिरी

ब] पिवळा

C] निळा/लाल

ड] लाल

210] टाकी युनिटच्या स्लाइड आर्मची हालचाल त्यानुसार बदलते

अ] प्रवाह

ब] गती

क] इंधन पातळी

ड] तेलाची पातळी.

211] जेव्हा टाकीच्या युनिटच्या प्रतिकारापेक्षा पूर्ण टाकीमुळे फ्लोट वर चढतो

अ] चढ-उतार

ब] स्थिर राहते

क] कमी करते.

ड] उठवतो.

212] जेव्हा टाकी रिकामी करण्यास सुरवात करते तेव्हा टाकी युनिट फिओट

अ] खाली पडतो

ब] वर करा

क] कंपन

ड] स्थिर राहते.

213] सोलनॉइडचे दोन टर्मिनल जोडतात.

अ] पिनियन

ब] ओव्हर रनिंग क्लच

क] प्लंजरडिस्क

ड] घट्ट पकड

214] दिव्याचे स्विचेस लावले आहेत

अ] सुकाणू स्तंभ

ब] पॅनेल बोर्ड

क] गियरलीव्हर

ड] हँड ब्रेक लीव्हर.

215] दिवे ओव्हरलोडिंगपासून संरक्षित आहेत

अ] स्विच

ब] फ्यूज

क] धारक

ड] हार्नेस

216] दुचाकी टेल लॅम्प म्हणून वापरला जातो

अ] एक सममितीय बल्ब

ब] सूक्ष्म बल्ब

क] फेस्टून बल्ब
D] SC/SF
217] पॅनेल इन्स्ड्रुमेंट दिवा म्हणून वापरला जातो
अ] एक सममितीय बल्ब
ब] सूक्ष्म बल्ब
क] फेस्टून बल्ब
D] SCIS.F.
218] रिफ्लेक्टरला स्थितीत ठेवण्यासाठी
अ] हेडलॅम्प
ब] परावर्तक
क] भिंग
ड] दत्तक
219] समोरील पार्किंग दिव्याचा रंग
अ] तपकिरी
ब] पिवळा
C] निळा/लाल
ड] लाल
220] बल्ब फिलामेंट स्वरूपात आहे
अ] सर्पिल
ब] सरळ
क] पळवाट
ड] तारा.
221] हेडलाइट बल्ब म्हणून वापरला जातो
अ] एक सममितीय बल्ब
ब] सूक्ष्म बल्ब
क] फेस्टून बल्ब
D] SCIS.F.
222] हेड लाईटचे भाग बदलले जाऊ शकतात
अ] सीलबंद तुळई
ब] फ्लश फिटिंग प्रकार
C] रीफोकस केलेला बल्ब
ड] हॅलोजन बल्ब.
223] हेड लाईट म्हणून देखील वापरले जाते
अ] बाजूचे सूचक
ब] थांबा सूचक

C] सिग्नलिंग यंत्र
ड] गरम करणारे यंत्र.
224] शेल प्रकाश किरण रस्त्यावर निर्देशित करण्यासाठी
अ] हेडलॅम्प
ब] परावर्तक
क] भिंग
ड] दत्तक
225] होल्डरमध्ये बल्ब ठेवण्यासाठी
अ] हेडलॅम्प
ब] परावर्तक
क] भिंग
ड] एक डॉप्टर
226] रोषणाई निर्माण करणे
ब] परावर्तक
क] भिंग
ड] दत्तक
इ] बल्ब
227] सपाट अंडाकृती आकाराचे तुळई तयार करणे
अ] हेडलॅम्प
ब] परावर्तक
क] भिंग
ड] दत्तक
228] रिफ्लेक्टरला स्थितीत ठेवण्यासाठी
अ] हेडलॅम्प
ब] परावर्तक
क] भिंग
ड] दत्तक
229] हॉर्न बटण दाबल्यावर विद्‍युतप्रवाह शिंगाकडे वाहतो....
अ] डायनॅमो
ब] बॅटरी
क] स्टार्टर
ड] हॉर्न बटण.
230] हॉर्न ध्वनी लहरी मुळे निर्माण होतात
अ] हॉर्न पॉइंट्समध्ये आर्किंग

ब] डायाफ्रामचे कंपन

क] बिंदू बंद करणे

ड] बिंदू उघडणे.

231] हॉर्न रिलेमध्ये टर्मिनल असतात

अ] IBC

ब] बीपीएल

क] एबीएफ

ड] HBS

232] हॉर्न सर्किट बनवणे आणि तोडणे

अ] हॉर्न रिले

ब] हॉर्न स्विच

क] हॉर्न पॉइंट्स

ड] सोलनॉइड

233] रिले ऑपरेट करण्यासाठी

अ] हॉर्न रिले

ब] हॉर्न स्विच

क] हॉर्न पॉइंट्स

ड] सोलनॉइड

234] हॉर्न वारंवारता वाढवण्यासाठी

ब] हॉर्न स्विच

क] हॉर्न पॉइंट्स

ड] सोलनॉइड

इ] टोन डिस्क

235] बॅटरीमधून हॉर्नला जास्तीत जास्त करंट पुरवणे

अ] हॉर्न रिले

ब] हॉर्न स्विच

क] हॉर्न पॉइंट्स

ड] सोलनॉइड

236] हॉर्न बटण दाबल्यावर विद्युतप्रवाह हॉर्नमधून वाहतो

अ] हॉर्न स्विच

ब] सोलनॉइड कॉइल

क] बॅटरी

ड] चेसिस.

237] हॉर्न बटण दाबल्यावर बटण स्पर्श करते

अ] <u>ग्राउंड प्लेट</u>

ब] जिवंत थाळी

क] दोन्ही

ड] यापैकी नाही.

238] हॉर्नचा आवाज द्वारे दुरुस्त करता येतो

अ] उच्च क्षमतेची बॅटरी

ब] <u>समायोजित स्क्रू</u>

ब] अधिक वापरा क्र. हॉर्न

ड] जाड फ्यूज वापरणे.

239] हॉर्नच्या आवाजामुळे खराब होतात

अ] चिकट बिंदू

ब] <u>डिस्चार्ज केलेली बॅटरी</u>

C] चार्ज केलेली बॅटरी

ड] उडवलेला फ्यूज.

240] हवेसाठी रस्ता म्हणून काम करते

अ] <u>एअरहॉर्न</u>

ब] इंधनाची वाटी

क] हवा स्वच्छ करणारा

ड] वायु रक्तस्त्राव

241] वायपर मोटरमधून विद्युत प्रवाह प्राप्त होतो

अ] डायनॅमो

ब] स्टार्टर मोटर

क] कट-आउट

ड] <u>बॅटरी.</u>

242] सध्याच्या वाहनांमध्ये वापरल्या जाणाऱ्या वायपर युनिटचा प्रकार आहे

अ] <u>विद्युत प्रकार</u>

ब] हायड्रॉलिक

क] निर्वात

ड] यांत्रिक.

243] वाइपर ब्लेडचे वीण चेहरे बनलेले आहेत

अ] चामडे

ब] फॅब्रिक

क] <u>रबर</u>

ड] फायबर

244] रोटरी हालचाल खेचणे आणि कृती ढकलणे

अ] वायपर मोटर

ब] क्रँकिंग लिंक

क] पिनियन

ड] वायपर ब्लेड

245] हात आणि ब्लेड चालवते

अ] वायपर मोटर

ब] क्रँकिंग लिंक

क] पिनियन

ड] वायपर ब्लेड

246] विद्युत ऊर्जेचे यांत्रिक ऊर्जेत रूपांतर करते

अ] वायपर मोटर

ब] क्रँकिंग लिंक

क] पिनियन

ड] वायपर ब्लेड

247] ब्लेडच्या दोलनास कारणीभूत ठरते

ब] क्रँकिंग लिंक

क] पिनियन

ड] वायपर ब्लेड

इ] केबल

248] काचेतून पाण्याचा थर साफ होतो

अ] वायपर मोटर

ब] क्रँकिंग लिंक

क] पिनियन

ड] वायपर ब्लेड

280]कनेक्टिंग रॉडचे वरचे आणि खालचे भाग बोल्ट केलेले आहेत

अ] क्रँकशाफ्ट मॅन जर्नल

ब] क्रँकपिनजर्नल

क] कॅमशाफ्ट

ड] पिस्टन पिन बॉस

281] क्रँकशाफ्ट मेन जर्नल आणि क्रँक पिन यांच्यामध्ये छिद्र पाडले जाते

अ] क्रँकशाफ्टचे संतुलन

ब] क्रँकशाफ्ट वजन कमी करणे

C] वंगणकनेक्टिंगरॉडबीयरिंग

ड] क्रँकशाफ्ट कंपन कमी करणे
282] परस्पर गतीचे रोटरी गतीमध्ये रूपांतर करते
अ] क्रँकशाफ्ट
ब] फ्लायव्हील्स
C] टॉर्क रेंच
ड] थ्रस्ट बेअरिंग
283] खेचण्यासाठी आणि कृती ढकलण्यासाठी रोटरी हालचाल
अ] वायपर मोटर
ब] क्रँकिंग लिंक
क] पिनियन
ड] वायपर ब्लेड
284] व्हील हब बेअरिंग्स सामावून घेतात.
अ] किंगपिन
ब] स्प्रिंग पॅड
क] स्टबएक्सलशाफ्टभाग
ड] ट्रॅक रॉड बॉल सांधे
285] ड्रॉअल प्लेटसह ढकलणे
अ] क्लच कव्हर
ब] रिलीझबेअरिंग
क] बोटे सोडणे
ड] क्लच प्लेट
286] जोराचा भार घेतो
अ] क्रँकशाफ्ट
ब] फ्लायव्हील्स
C] टॉर्क रेंच
ड] थ्रस्टबेअरिंग
287]वितरक शाफ्ट द्वारे समर्थित आहे
अ] बॉल बेअरिंग
ब] शेल बेअरिंग
क] बुशबेअरिंग
ड] सुई बेअरिंग
288] ऊर्जा साठवते
अ] क्रँकशाफ्ट
ब] फ्लायव्हील्स

C] टॉर्क रेंच

ड] थ्रस्ट बेअरिंग

289] फ्लायव्हील रिंगसह व्यस्त आहे

अ] पिनियन

ब] ओव्हर रनिंग क्लच

क] प्लंजर डिस्क

ड] घट्ट पकड

290] फ्लायव्हील मॅग्नेटोचा समावेश होतो

अ] तात्पुरता चुंबक

ब] बार चुंबक

क] कायम चुंबक

ड] सुई चुंबक.

291] फ्लायव्हील मॅग्नेटोमध्ये, इग्निशन कॉइल असते

अ] स्थिर

ब] हलणे

क] फिरणारा

ड] दोलन.

292] कायम चुंबकाला फिरवणे

अ] स्विच

ब] दुय्यम कॉइल

क] फ्लायव्हील्स

ड] कंडेन्सर्स

293] कूलिंग सिस्टीममधील कूलिंगमधील कूलंटचे उकळत्या तापमानाच्या वापरामुळे वाढ होते.

अ] वॉटर जॅकेट

B] फक्त व्हॅक्यूम वाल्व

सी] दाबप्रकाररेडिएटरकॅप

डी] रेडिएटर कोर ट्यूब्स/पाईप्स

औद्योगिक प्रशिक्षण संस्था

मासिक चाचणी-1, गुण- 20, तारीखः- _______________

(प्रत्येक प्रश्नाला दोन गुण असतात)

1-6] गियर बॉक्स मध्ये वापरले

अ] मल्टी प्लेट क्लच

ब] कुत्र्याचे घट्ट पकड

क] कोन क्लच

ड] डायाफ्राम क्लच

2-7] अधिक घर्षण क्षेत्र प्रदान करते

अ] मल्टी प्लेट क्लच

ब] कुत्र्याचे घट्ट पकड

क] कोन क्लच

ड] डायाफ्राम क्लच

3-8] लहान फ्लायव्हील वापरले जाते

अ] मल्टी प्लेट क्लच

ब] कुत्र्याचे घट्ट पकड

क] कोन क्लच

ड] डायाफ्राम क्लच

4-9] स्प्रिंग रिलीझ लीव्हर म्हणून कार्य करते

अ] मल्टी प्लेट क्लच

ब] कुत्र्याचे घट्ट पकड

क] कोन क्लच

ड] डायाफ्राम क्लच

5-10] ड्राइव्ह यंत्रणा प्रकार

अ] पिनियन

ब] ओव्हर रनिंग क्लच

क] प्लंजर डिस्क

ड] घट्ट पकड

6-11] पिनियन आणि आर्मेचरच्या अतिवेगाला प्रतिबंध करते

अ] पिनियन

ब] ओव्हर रनिंग क्लच

क] प्लंजर डिस्क

ड] घट्ट पकड

7-12] फ्लायव्हील रिंगसह व्यस्त आहे

अ] पिनियन

ब] ओव्हर रनिंग क्लच

क] प्लंजर डिस्क

ड] घट्ट पकड

8-13] सोलनॉइडचे दोन टर्मिनल जोडा.

अ] पिनियन

ब] ओव्हर रनिंग क्लच

क] प्लंजर डिस्क

ड] घट्ट पकड

9-14] डबल डिक्लच आवश्यक नाही

अ] सरकणारी जाळी

ब] सिंक्रोमेश

क] डबल डिक्लचिंग

ड] हस्तांतरण प्रकरण

10-15] चारचाकी वाहनात वापरले जाते

अ] सरकणारी जाळी

ब] सिंक्रोमेश

क] डबल डिक्लचिंग

ड] हस्तांतरण प्रकरण

औद्योगिक प्रशिक्षण संस्था

मासिक चाचणी-2, गुण- 20, तारीखः- ______________

(प्रत्येक प्रश्नाला दोन गुण असतात)

1-21] वाहन उलटताना चालकाचे नियंत्रण असावे

अ] घट्ट पकड

ब] फॉरवर्ड गियर

क] प्रवेगक

ड] हँड ब्रेक.

2-22] क्लच प्लेट असेंबलीमध्ये स्प्रिंग्ससह मध्यवर्ती स्टील डिस्क असते

अ] ताकद

ब] लवचिकता

क] कमी आवाज

ड] शोषक धक्के

3-23] मध्ये कुत्र्यांच्या तावडीचा वापर केला जातो

अ] गियर बॉक्स

ब] घर्षण तावडी

C] ब्रेक्स

ड] भिन्नता

4-24] Synchromesh mechanisms साठी प्रदान केले आहे

अ] वाहनाचा वेग वाढवणे

ब] वाहनाचा वेग कमी करणे

C] गुळगुळीत गियर प्रतिबद्धता'
ड] वरीलपैकी काहीही नाही.
5-25] फक्त स्पर गीअर्स वापरले जातात
अ] सरकणारी जाळी
ब] सिंक्रोमेश
क] डबल डिक्लचिंग
ड] हस्तांतरण प्रकरण
6-26] गुळगुळीत गियर शिफ्टिंगसाठी वापरले जाते
अ] सरकणारी जाळी
ब] सिंक्रोमेश
क] डबल डिक्लचिंग
ड] हस्तांतरण प्रकरण
7-27] हार्ड गियर शिफ्टिंगमुळे आहे
अ] जीर्ण झालेली क्लच डिस्क
ब] खराब झालेले मुख्य शाफ्ट बीयरिंग
C] सिंक्रोनायझर युनिट खराब झाले
ड] गिअरबॉक्समध्ये जास्त तेल.
8-28] गियर स्लिपमुळे आहे
अ] थकलेला सिंक्रोनायझर
ब] जीर्ण झालेली क्लच डिस्क
C] कोरडे मुख्य शाफ्ट बेअरिंग
ड] क्लचचा कमकुवत दाब स्प्रिंग.
9-29] विशिष्ट गियरमधील आवाज यामुळे होतो
अ] अपुरा क्लच पेडल फ्री प्ले
ब] गियर दात नुकसान
C] क्रॅक्ड गियर बॉक्स केस
ड] खराब झालेले सिंक्रोमेश युनिट.
10-30] गियरशिफ्ट लीव्हर यासाठी वापरले जाते
अ] क्लच सोडणे
ब] गियर बदलणे
क] इंजिनचा वेग वाढवणे
ड] वाहनाची दिशा नियंत्रित करणे.

औद्योगिक प्रशिक्षण संस्था

मासिक चाचणी-३, गुण- २०, तारीखः- ______________

(प्रत्येक प्रश्नाला दोन गुण असतात)

1-36] जे गीअर्स रोटरी मोशनला रेखीय गतीमध्ये रूपांतरित करते

अ] वर्म गियर्स

ब] हेरिंग बोन गियर

क] रॅक आणि पिनियन

ड] हेलिकल गियर

2-37] गियर घसरण्याचे कारण काय आहे

अ] अनल्युब्रिकेटेड गियर linka-ges

ब] गिअर बॉक्समध्ये कमी तेल

क] गियरचे तुटलेले दात

डी] गियर लीव्हरचे चुकीचे समायोजन

3-38] विभेदक गियर गुणोत्तर खालीलपैकी कोणत्याही एका विधानावरून काढले जाऊ शकते

अ] सूर्य गियर

ब] ग्रहांची गियर

क] मुकुट चाक

ड] पिनियन

4-39] कमी इंजिन ऑइल प्रेशरमुळे असू शकते

अ] चिकटलेले तेल फिल्टर

ब] ऑइल सॅम्पमध्ये अधिक तेल भरले

C] वापरलेल्या तेलाची उच्च स्निग्धता

डी] पंप गीअर्स दरम्यान अत्यधिक प्रतिक्रिया

5-40] रोड व्हील टॉर्क वाढवते

अ] इंजिन

ब] तावडीत

क] अंतिम ड्राइव्ह

ड] U सांधे

6-41] चारचाकी वाहनात वापरले जाते

अ] सरकणारी जाळी

ब] सिंक्रोमेश

क] डबल डिक्लचिंग

ड] हस्तांतरण प्रकरण

7-42] फोर व्हील ड्राइव्हचा वापर करावा

अ] नेहमी

ब] टेकडीवर चढताना

C] वाळूवर (चिखलयुक्त जमिनीवर)

ड] डोंगर उतरताना.

8-43] वाहन चालवताना नेहमी ओल्या किंवा वालुकामय रस्त्यांचा वापर करा

अ] फक्त चार चाकी ड्राइव्ह

ब] फक्त टू व्हील ड्राइव्ह

क] फर्स्ट गियर फक्त

ड] अधिक प्रवेग.

9-44] दबावाखाली द्रव

अ] हेवी ड्युटी इंजिन सुरू करणे

ब] स्टार्टर मोटर

C] हायड्रॉलिक क्रँकिंग

ड] इलेक्ट्रिक मोटर

10-45] गॅसोलीन इंजिन

अ] हेवी ड्युटी इंजिन सुरू करणे

ब] स्टार्टर मोटर

C] हायड्रॉलिक क्रँकिंग

ड] इलेक्ट्रिक मोटर

औद्योगिक प्रशिक्षण संस्था

मासिक चाचणी-4, गुण- 20, तारीखः- _______________

(प्रत्येक प्रश्नाला दोन गुण असतात)

1-51] सिलिंडरच्या आत आणि बाहेर दोन्ही मार्गांनी द्रव येऊ देते

अ] पिस्टन

ब] पुश रॉड

क] प्राथमिक कप

ड] झडप तपासा

2-52] भरपाई देणारे बंदर सील करते

अ] पिस्टन

ब] पुश रॉड

क] प्राथमिक कप

ड] झडप तपासा

3-53] पिस्टन सक्रिय करते

अ] पिस्टन

ब] पुश रॉड

क] प्राथमिक कप
ड] झडप तपासा
4-54] द्रवपदार्थावर दबाव विकसित होतो
अ] पिस्टन
ब] पुश रॉड
क] प्राथमिक कप
ड] झडप तपासा
5-55] इंधन बाहेर जाण्यासाठी दबाव विकसित करते
अ] झडपा
ब] कॉइल स्प्रिंग
क] डायाफ्राम
ड] रॉकर हात
6-56] डायाफ्राम सक्रिय करते
अ] झडपा
ब] कॉइल स्प्रिंग
क] डायाफ्राम
ड] रॉकर हात
7-57] इंधन आत आणि बाहेर वाहू द्या
अ] झडपा
ब] कॉइल स्प्रिंग
क] डायाफ्राम
ड] रॉकर हात
8-58] डायाफ्राम परत करण्यास मदत करते.
अ] झडपा
ब] कॉइल स्प्रिंग
क] डायाफ्राम
ड] रॉकर हात
9-59] ओव्हरफ्लो व्हॉल्व्ह वापरला जातो
अ] इंधन भरणा यंत्रातील अतिरिक्त इंधन परत पाठवणे
ब] इंधन फिल्टरला अधिक इंधन पुरवठा करण्यासाठी
C] स्वच्छ इंधन पुरवठा करण्यासाठी
ड] गळती होणारे इंधन घेणे.
10-60] स्नेहन प्रणालीमध्ये जास्त तेलाचा दाब यामुळे असू शकतो
अ] संपमध्ये इंजिन तेलाचे प्रमाण कमी

ब] रिलीफ व्हॉल्व्हचे चुकीचे समायोजन
C] सक्शन पाईपवर कमी सक्शन प्रभाव
D] वरीलपैकी काहीही नाही

औद्योगिक प्रशिक्षण संस्था

मासिक चाचणी-5, गुण- 20, तारीख:- ______________

(प्रत्येक प्रश्नाला दोन गुण असतात)

1-66] स्प्रिंग माउंटिंगसाठी आसन म्हणून कार्य करते
अ] किंगपिन
ब] स्प्रिंग पॅड
क] स्टब एक्सल शाफ्ट भाग
ड] ट्रॅक रॉड बॉल सांधे
2-67] स्टब एक्सलसह फ्रंट एक्सल जोडतो
अ] किंगपिन
ब] स्प्रिंग पॅड
क] स्टब एक्सल शाफ्ट भाग
ड] ट्रॅक रॉड बॉल सांधे
3-68] ट्रॅक रॉडसाठी लवचिक हालचाल प्रदान करते
अ] किंगपिन
ब] स्प्रिंग पॅड
क] स्टब एक्सल शाफ्ट भाग
ड] ट्रॅक रॉड बॉल सांधे
4-69] व्हील हब बेअरिंग्स सामावून घेतात.
अ] किंगपिन
ब] स्प्रिंग पॅड
क] स्टब एक्सल शाफ्ट भाग
ड] ट्रॅक रॉड बॉल सांधे
5-70] फ्रेमच्या तळाशी पिव्होट्स आणि स्प्रिंगसाठी आसन म्हणून कार्य करते
अ] वरचा नियंत्रण हात
ब] कॉइल स्प्रिंग
क] चेंडू सांधे
ड] खालचा नियंत्रण हात
6-71] स्टीयरिंग नकल हालचालीसाठी मुख्य म्हणून कार्य करते
अ] वरचा नियंत्रण हात
ब] कॉइल स्प्रिंग

क] चेंडू सांधे

ड] खालचा नियंत्रण हात

7-72] उशी प्रभाव प्रदान करते

अ] वरचा नियंत्रण हात

ब] कॉइल स्प्रिंग

क] चेंडू सांधे

ड] खालचा नियंत्रण हात

8-73] फ्रेमच्या शीर्षस्थानी पिव्होट्स आणि स्प्रिंगसाठी आसन म्हणून कार्य करते

अ] वरचा नियंत्रण हात

ब] कॉइल स्प्रिंग

क] चेंडू सांधे

ड] खालचा नियंत्रण हात

9-74] जेव्हा पुढची चाके सरळ पुढच्या स्थितीत असतात आणि किंग पिनच्या मध्यभागी आणि स्टीयरिंग आर्म्स एंडमधून रेषा काढल्या जातात, तेव्हा ते कोणत्या टप्प्यावर भेटतील?

अ] फ्रंट एक्सलच्या मध्यभागी

ब] चेसिसच्या मध्यभागी

C] डिफरन्शियलच्या मागे मागील एक्सलच्या मध्यभागी

D] मागील एक्सलच्या मध्यभागी विभेदकच्या अगदी पुढे

10-75] त्याची गती जाळीदार भागांमध्ये प्रसारित करते

अ] स्टीयरिंग व्हील

ब] जंत

क] सुकाणू स्तंभ

D] सेक्टर/रोलर/बॉल नट/पेग

औद्योगिक प्रशिक्षण संस्था

मासिक चाचणी-6, गुण- 20, तारीख:- ______________

(प्रत्येक प्रश्नाला दोन गुण असतात)

1-81] टायर सेंटर लाईन आणि किंगपिन सेंटर लाईन मधील कोन

अ] नकारात्मक कॅम्बर कोन

ब] सकारात्मक कास्टर कोन

क] किंगपिन कल

ड] कोन वाहन समाविष्ट

2-82] किंगपिन वाहनाच्या मध्यभागी झुकणे

अ] नकारात्मक कॅम्बर कोन

ब] सकारात्मक कास्टर कोन

क] किंगपिन कल

ड] कोन वाहन समाविष्ट

3-83] कोणत्या प्रकारच्या स्टीयरिंग गियर बॉक्समध्ये व्हेरिएबल स्टीयरिंग रेशन प्राप्त होते?

अ] वर्म आणि रोलर स्टीयरिंग गियर

ब] वर्म आणि नट स्टीयरिंग गियर

C] वर्म आणि सेक्टर स्टीयरिंग गियर

डी] रॅक आणि पिनियन स्टीयरिंग गियर

4-84] निलंबनात स्ट्रट रॉड वापरला जातो

अ] पारंपारिक I बीम एक्सल प्रकार निलंबन

ब] कॉइल स्प्रिंग प्रकार निलंबन प्रणाली

C] टॉर्शन बार निलंबन प्रणाली

ड] मॅकफरसन प्रणाली

5-85] स्प्रिंग्स आणि स्टीयरिंग लिंकेज असतात.

अ] पुढचा धुरा

ब] ट्रॅक रॉड

क] स्टब एक्सल

ड] स्टब एक्सल हात

6-86] स्प्रिंग माउंटिंगसाठी आसन म्हणून कार्य करते

अ] किंगपिन

ब] स्प्रिंग पॅड

क] स्टब एक्सल शाफ्ट भाग

ड] ट्रॅक रॉड बॉल सांधे

7-87] फ्रेमच्या तळाशी पिव्होट्स आणि स्प्रिंगसाठी आसन म्हणून कार्य करते

अ] वरचा नियंत्रण हात

ब] कॉइल स्प्रिंग

क] चेंडू सांधे

ड] खालचा नियंत्रण हात

8-88] उशी प्रभाव प्रदान करते

अ] वरचा नियंत्रण हात

ब] कॉइल स्प्रिंग

क] चेंडू सांधे

ड] खालचा नियंत्रण हात

9-89] हॉचकिस ड्राईव्हमध्ये मागील आणि ड्रायव्हिंग टॉर्क द्वारे घेतले जाते
अ] मागील एक्सल गृहनिर्माण
ब] मागील लीफ स्प्रिंग
C] शॉक शोषक
डी] इंजिन माउंटिंग
10-90] हेल्पर स्प्रिंग मध्ये वापरले जाते
अ] कार
ब] जीप
क] हलकी मोटार वाहन
ड] अवजड ट्रक

औद्योगिक प्रशिक्षण संस्था

मासिक चाचणी-7, गुण- 20, तारीखः- _______________

(प्रत्येक प्रश्नाला दोन गुण असतात)

1-96] कॅम चालवतो
अ] ब्रेक पेडल
ब] दुवा
क] कॅम
ड] पेडल रिटर्न स्प्रिंग
2-97] लिंकेज चालवते
अ] ब्रेक पेडल
ब] दुवा
क] कॅम
ड] पेडल रिटर्न स्प्रिंग
3-98] पुढील आणि मागील चाकांना द्रव पुरवठा करते
अ] ब्रेक पेडल
ब] मास्टर सिलेंडर पिस्टन
क] व्हील सिलेंडर पिस्टन
ड] वितरण ब्लॉक
4-99] ब्रेक शू ड्रमच्या दिशेने ढकलतो
अ] ब्रेक पेडल
ब] मास्टर सिलेंडर पिस्टन
क] व्हील सिलेंडर पिस्टन
ड] वितरण ब्लॉक
5-100] द्रवपदार्थावर दबाव निर्माण करतो

अ] ब्रेक पेडल
ब] मास्टर सिलेंडर पिस्टन
क] व्हील सिलेंडर पिस्टन
ड] वितरण ब्लॉक
6-101] मास्टर सिलेंडर पिस्टनला लिंकेजमधून ढकलतो.
अ] ब्रेक पेडल
ब] मास्टर सिलेंडर पिस्टन
क] व्हील सिलेंडर पिस्टन
ड] वितरण ब्लॉक
7-102] सिलिंडरच्या आत आणि बाहेर दोन्ही मार्गांनी द्रव येऊ देते
अ] पिस्टन
ब] पुश रॉड
क] प्राथमिक कप
ड] झडप तपासा
8-103] भरपाई देणारे पोर्ट सील करते
अ] पिस्टन
ब] पुश रॉड
क] प्राथमिक कप
ड] झडप तपासा
9-104] पिस्टन सक्रिय करते
अ] पिस्टन
ब] पुश रॉड
क] प्राथमिक कप
ड] झडप तपासा
10-105] द्रवपदार्थावर दबाव विकसित होतो
अ] पिस्टन
ब] पुश रॉड
क] प्राथमिक कप
ड] झडप तपासा

औद्योगिक प्रशिक्षण संस्था

मासिक चाचणी-8, गुण- 20, तारीख:- ______________

(प्रत्येक प्रश्नाला दोन गुण असतात)

1-111] लीडिंग आणि ट्रेलिंग शू ब्रेक्स ऑपरेट करण्यासाठी
अ] दुहेरी पिस्टन व्हील सिलेंडर

ब] सिंगल पिस्टन व्हील सिलेंडर
क] स्टेप-बोअर व्हील सिलेंडर
ड] बाफल प्रकार चाक सिलेंडर
2-112] हवेच्या टाकीतून हवेचा अतिरिक्त दाब कमी होतो.
अ] एअर कंप्रेसर
ब] अनलोडर वाल्व
सी] सुरक्षा झडप
ड] ब्रेक चेंबर
3-113] घरे डायफ्राम आणि पुशरोड
अ] एअर कंप्रेसर
ब] अनलोडर वाल्व
सी] सुरक्षा झडप
ड] ब्रेक चेंबर
4-114] प्रणालीला संकुचित हवा प्रदान करते
अ] एअर कंप्रेसर
ब] अनलोडर वाल्व
सी] सुरक्षा झडप
ड] ब्रेक चेंबर
5-115] हवेच्या टाकीपर्यंत पोहोचून जास्तीत जास्त हवेचा दाब नियंत्रित करते.
अ] एअर कंप्रेसर
ब] अनलोडर वाल्व
सी] सुरक्षा झडप
ड] ब्रेक चेंबर
6-116] पार्किंग दरम्यान अयशस्वी सुरक्षित ब्रेक सिस्टममध्ये ब्रेक कसे लावले जातात
A] ब्रेक ॲक्ट्युएटरमध्ये हवेच्या दाबाने
ब] ब्रेक ॲक्ट्युएटरमध्ये स्प्रिंग प्रेशरद्वारे
C] ब्रेक ॲक्ट्युएटरमध्ये व्हॅक्यूमद्वारे
डी] यांत्रिक हँड ब्रेकद्वारे
7-117] समोर आणि मागील ब्रेकला हवा पुरवठा करते
अ] ब्रेक ॲक्ट्युएटर
ब] ड्युअल ब्रेक व्हॉल्व्ह
क] प्रणाली संरक्षण झडपा
ड] झडप झडप
8-118] वाहन पार्किंगसाठी चालवले जाते.

अ] ब्रेक ॲक्ट्युएटर

ब] ड्युअल ब्रेक व्हॉल्व्ह

क] प्रणाली संरक्षण झडपा

ड] झडप झडप

9-119] स्प्रिंग प्रेशर लावते आणि जेव्हा सिस्टममध्ये हवेचा दाब कमी असतो तेव्हा ब्रेक लावतो

अ] ब्रेक ॲक्ट्युएटर

ब] ड्युअल ब्रेक व्हॉल्व्ह

क] प्रणाली संरक्षण झडपा

ड] झडप झडप

10-120] विविध सर्किट्समध्ये हवा वितरीत करते

अ] ब्रेक ॲक्ट्युएटर

ब] ड्युअल ब्रेक व्हॉल्व्ह

क] प्रणाली संरक्षण झडपा

ड] झडप झडप

औद्योगिक प्रशिक्षण संस्था

मासिक चाचणी-9, गुण- 20, तारीखः- ______________

(प्रत्येक प्रश्नाला दोन गुण असतात)

1-126] टँडम मास्टरकडे आहे

अ] दोन जलाशय आणि दोन आउटलेट

ब] एक जलाशय आणि दोन आउटलेट

सी] टो जलाशय आणि एक आउटलेट

ड] एक जलाशय आणि एक आउटलेट

2-127] ब्रेक ड्रमचे कोणते दोष वळवून दुरुस्त करता येत नाहीत?

अ] टपर

ब] जास्त गरम करणे

क] अंडाकृती

ड] स्कोअरिंग

3-128]चाक सिलिंडरमधील द्रवपदार्थाचा दाब खालीलपैकी कोणत्याही एका पद्धतीद्वारे वाढवता येतो.

अ] पिस्टनचा व्यास बदलून

ब] रबर कपचा डाय बदलून

क] स्प्रिंग बदलून

डी] ब्रेक शूज बदलून

4-129] हवेची टाकी बनलेली आहे
अ] स्टील
ब] तांबे
क] प्लास्टिक
ड] पितळ
5-130] एअर टँकवरील सुरक्षा झडप प्रतिबंधित करते
अ] हवेच्या टाकीत तेल साचणे
ब] ब्रेक व्हॉल्व्हपर्यंत जादा हवा पोहोचते
C] उच्च दाबाने हवेची टाकी फुटणे
D] ब्रेक निकामी झाल्यावर हलवायचे वाहन
6-131] ड्युअल एअर ब्रेक सिस्टममध्ये किती एअर टँक वापरल्या जातात
अ] एक
ब] दोन
क] तीन
ड] चार
7-132] वाहनाचा चालक म्हणून काम करणाऱ्या व्यक्तीला म्हणतात
अ] कंडक्टर
ब] चालक
क] प्रवासी
ड] प्रेक्षक.
8-133] वाहन धोकादायक स्थितीत सोडण्यासाठी कायदा
A] MV ACT 1988 चे 125
ब] MV ACT 1988 चे 126
C] MV ACT 1988 चे 128
D] MV ACT 1988 चे 122
9-134] रनिंग बोर्डवर राइडिंगसाठी कायदा
ब] MV ACT 1988 चे 126
C] MV ACT 1988 चे 128
D] MV ACT 1988 चे 122
इ] MV ACT 1988 चे 123
10-135] चालकाच्या अडथळ्यासाठी कायदा
A] MV ACT 1988 चे 125
ब] MV ACT 1988 चे 126
C] MV ACT 1988 चे 128

D] MV ACT 1988 चे 122

औद्योगिक प्रशिक्षण संस्था

मासिक चाचणी-10, गुण- 20, तारीखः- ______________

(प्रत्येक प्रश्नाला दोन गुण असतात)

1-141] कार्बोरेटरला पेट्रोल वितरीत करते

अ] कार्बोरेटर

ब] पंप

क] पाईप लाईन्स

ड] पेट्रोल टाकी

2-142] पेट्रोल ठेवते

अ] एअर हॉर्न

ब] इंधनाची वाटी

क] हवा स्वच्छ करणारा

ड] वायु रक्तस्त्राव

3-143] पेट्रोल हवेचे मिश्रण सिलेंडरमध्ये संकुचित केले असल्यास

अ] त्याची मात्रा कमी होते

ब] त्याचा दाब वाढेल

C] त्याचे तापमान वाढेल

ड] वरील सर्व घडेल

4-144]सक्शन स्ट्रोक दरम्यान पेट्रोल इंजिनमध्ये काढलेला चार्ज असतो

अ] फक्त हवा

B. हवा आणि पेट्रोलचे मिश्रण

C] फक्त पेट्रोल

डी] पेट्रोल व्यतिरिक्त इतर इंधन

5-145] पेट्रोल इंजिनमध्ये व्हॅक्यूममुळे हवा इंधनाचे मिश्रण सिलेंडरमध्ये काढले जाते.

अ] पॉवर स्ट्रोक

ब] एक्झॉस्ट स्ट्रोक

क] सक्शन स्ट्रोक

ड] कॉम्प्रेशन स्ट्रोक

6-146] पेट्रोल इंजिनचा उच्च इंधन वापर यामुळे असू शकतो

अ] कार्बोरेटरमधून इंधनाची गळती

ब] स्नेहन प्रणालीतील दोष

सी] सेवन मॅनिफोल्ड मध्ये हवा गळती

डी] चुकीचा निष्क्रिय वेग (खूप कमी)

7-147] कार्बोरेटरमध्ये फ्लोट सर्किट प्रदान केले जाते
अ] इंधनाची वाफ साठवण्यासाठी
ब] हवा आणि इंधन यांचे मिश्रण पुरवण्यासाठी
C] फ्लोट चेंबरमध्ये इंधनाची योग्य पातळी राखण्यासाठी
D] वरीलपैकी काहीही नाही
8-148] इंजिनचा वेग वाढवणे किंवा कमी करणे
ब] स्पीडोमीटर
क] क्लच पेडल
डी] इग्निशन स्विच
इ] प्रवेगक
9-149] इतर वाहनांना ओव्हरटेक करण्यास परवानगी देताना
अ] वेग वाढवणे
ब] प्रवेगक कमी करा
क] वाहन थांबवा
ड] वाहन उजवीकडे हलवा.
10-150] आग पकडणारे इंधन
अ] TDC
ब] सायकल
C] BDC
ड] प्रज्वलन

औद्योगिक प्रशिक्षण संस्था

मासिक चाचणी-11, गुण- 20, तारीख:- ______________

(प्रत्येक प्रश्नाला दोन गुण असतात)

1-156] पेट्रोल साठवतो
अ] कार्बोरेटर
ब] पंप
क] पाईप लाईन्स
ड] पेट्रोल टाकी
2-157] इंजिनला डिझेल पुरवते
अ] कार्बोरेटर
ब] पंप
क] पाईप लाईन्स
ड] पेट्रोल टाकी
3-158] कार्बोरेटरला डिझेल वितरीत करते

अ] कार्बोरेटर
ब] पंप
क] पाईप लाईन्स
ड] पेट्रोल टाकी
4-159] डिझेल धरते
अ] एअर हॉर्न
ब] इंधनाची वाटी
क] हवा स्वच्छ करणारा
ड] वायु रक्तस्त्राव
5-160] हवेसाठी रस्ता म्हणून काम करते
अ] एअर हॉर्न
ब] इंधनाची वाटी
क] हवा स्वच्छ करणारा
ड] वायु रक्तस्त्राव
6-161] इंधनाचे कण तोडण्यास मदत होते
अ] एअर हॉर्न
ब] इंधनाची वाटी
क] हवा स्वच्छ करणारा
ड] वायु रक्तस्त्राव
7-162] सिलेंडरमध्ये प्रवेश करणारी हवा स्वच्छ करते
अ] एअर हॉर्न
ब] इंधनाची वाटी
क] हवा स्वच्छ करणारा
ड] वायु रक्तस्त्राव
8-163] इंधन बाहेर जाण्यासाठी दबाव विकसित करते
अ] झडपा
ब] कॉइल स्प्रिंग
क] डायाफ्राम
ड] रॉकर हात
9-164] डायाफ्राम सक्रिय करते
अ] झडपा
ब] कॉइल स्प्रिंग
क] डायाफ्राम
ड] रॉकर हात

10-165] इंधन आत आणि बाहेर वाहू द्या
अ] झडपा
ब] कॉइल स्प्रिंग
क] डायाफ्राम
ड] रॉकर हात

औद्योगिक प्रशिक्षण संस्था

मासिक चाचणी-12, गुण- 20, तारीखः- ______________

(प्रत्येक प्रश्नाला दोन गुण असतात)

1-171] विद्युत् प्रवाहाला बिंदूपर्यंत मर्यादित करते
अ] सोलेनोइड स्विच
ब] सक्रिय करणारी तार (गरम झाल्यावर)
C] बॅलास्ट प्रतिरोधक
डी] सक्रिय वायर (थंड झाल्यावर)
2-172] गुण बंद करतो
अ] सोलेनोइड स्विच
ब] सक्रिय करणारी तार (गरम झाल्यावर)
C] बॅलास्ट प्रतिरोधक
डी] सक्रिय वायर (थंड झाल्यावर)
3-173] कोरचे चुंबकाकडे वळते
अ] सोलेनोइड स्विच
ब] सक्रिय करणारी तार (गरम झाल्यावर)
C] बॅलास्ट प्रतिरोधक
डी] सक्रिय वायर (थंड झाल्यावर)
4-174] फ्लायव्हील मॅग्नेटोचा समावेश होतो
अ] तात्पुरता चुंबक
ब] बार चुंबक
क] कायम चुंबक
ड] सुई चुंबक.
5-175] फ्लायव्हील मॅग्नेटोमध्ये, इग्निशन कॉइल असते
अ] स्थिर
ब] हलणे
क] फिरणारा
ड] दोलन.
6-176] पॉइंट्समध्ये आर्किंग टाळण्यासाठी

अ] स्विच
ब] दुय्यम कॉइल
क] फ्लायव्हील्स
ड] कंडेन्सर्स
7-177] प्राथमिक सर्किट पूर्ण करण्यासाठी
अ] स्विच
ब] दुय्यम कॉइल
क] फ्लायव्हील्स
ड] कंडेन्सर्स
8-178] HT विद्‌युत प्रवाह प्रेरित करण्यासाठी
अ] स्विच
ब] दुय्यम कॉइल
क] फ्लायव्हील्स
ड] कंडेन्सर्स
9-179] कायम चुंबक फिरवणे
अ] स्विच
ब] दुय्यम कॉइल
क] फ्लायव्हील्स
ड] कंडेन्सर्स
10-180] जेव्हा इंजिन फिरते तेव्हा प्रथम विद्‌युत प्रवाह तयार होतो
अ] दुय्यम वळण
ब] प्राथमिक वळण
क] दोन्ही गुंडाळी
ड] कंडेनसर

www.ingramcontent.com/pod-product-compliance
Ingram Content Group UK Ltd.
Pitfield, Milton Keynes, MK11 3LW, UK
UKHW021921190726
13853UKWH00002B/781

9 798887 335803